INSIGHT PUBLICA®

INSIGHT PUBLICA
Kozhikode, Kerala, India 673011
www.insightpublica.com
e-mail: insightpublica@gmail.com

**Navalibaral Kalathe Indian Economy**

(Malayalam)

***Sudhakaran KG***

First Edition: March 2021

ISBN 978-93-90535-37-8
Printed and Published by
Insightinpublica Printers & Publishers Pvt. Ltd.

# നവലിബറൽ കാലത്തെ ഇന്ത്യൻ ഇക്കോണമി

സുധാകരൻ കെ ജി

INSIGHT PUBLICA®

കണ്ണൂർ ജില്ലയിലെ കരിവെള്ളൂരിൽ ജനനം. പിതാവ് പരേതനായ കെ വി ഗോപാലകൃഷ്ണ പൈ. മാതാവ് പരേതയായ സരസ്വതിയമ്മ. കരിവെള്ളൂർ സെൻട്രൽ എൽ പി സ്കൂൾ, മാന്യഗുരു യു പി സ്കൂൾ, എ വി സ്മാരക ഗവണ്മെന്റ് ഹയർ സെക്കൻഡറി സ്കൂൾ, പയ്യന്നൂർ കോളേജ് എന്നിവിടങ്ങളിൽ വിദ്യാഭ്യാസം .

കേരള ഗ്രാമീൺ ബാങ്കിൽ ഓഫീസ് അസിസ്റ്റന്റ് ആയിരുന്നു. ബാങ്ക് എംപ്ലോയീസ് ഫെഡറേഷൻ ഓഫ് ഇന്ത്യയുടെ പ്രവർത്തകൻ. ആനുകാലികങ്ങളിൽ സാമ്പത്തികകാര്യങ്ങൾ എഴുതാറുണ്ട്.

പ്രസിദ്ധീകരിച്ച പുസ്തകങ്ങൾ: *ഉരുള കിഴങ്ങിന്റെ രാഷ്ട്രീയം, ബാങ്കിങ് ഒരു രാഷ്ട്രീയ പ്രശ്നം തന്നെയാണ്, രത്നങ്ങൾ വില്പനക്ക്, കൊറോണ വൈറസും ജനകീയ ബാങ്കിങ്ങും.*

ഭാര്യ: ലതാദേവി, മകൻ: മിഥുൻ

വിലാസം: മണക്കാട്, കരിവെള്ളൂർ പി ഓ 670521, കണ്ണൂർ ജില്ലാ

മൊബൈൽ: 9495416803

ലാൻഡ്ഫോൺ: 04985 260754

ഇ മെയിൽ: kgs_pai@yahoo.co.in

**കെ ജി സുധാകരൻ**

# ഉള്ളടക്കം

# അതിസമ്പന്നരുടെ താൽപര്യങ്ങൾ മാത്രം സംരക്ഷിക്കപ്പെടുന്നു

ഒരാൾ ചെയ്യുന്ന പ്രവർത്തി മറ്റൊരാൾക്ക് ഇഷ്ടപ്പെടണമെന്നോ ഗുണകരം ആകണമെന്നോ നിർബന്ധമില്ല. എന്നാൽ ഭരണകൂടം ഒരു നയം രാജ്യത്ത് നടപ്പിലാക്കുമ്പോൾ കോടിക്കണക്കിന് ജനങ്ങളെ പാടെ മറന്നുകൊണ്ട് ഒരുപിടി അതിസമ്പന്നരെ മാത്രം പ്രീതിപ്പെടുത്തുക എന്നത് നീതീകരിക്കാൻ സാധ്യമല്ല. സഹായം ധാരാളം ആവശ്യമുള്ള ജനകോടികളെ തിരിഞ്ഞു നോക്കാതെ ഒരു സഹായവും ആവശ്യമില്ലാത്ത ശതകോടീശ്വരന്മാർക്ക് പൊതുപണം കൈമാറുകയും ചെയ്യുന്ന പ്രവണത തുടരുമ്പോൾ രാജ്യത്തിന്റെ സമ്പദ്ഘടന പാതാളത്തിലേക്ക് നിലം പതിക്കും. ജീവിതം ദുരിത പൂർണ്ണമാകും. 2014 മുതൽ രാജ്യം ഭരിച്ച മോദി സർക്കാർ തുടരുന്ന നയങ്ങളാണ് ഇവിടെ സൂചിപ്പിച്ചത്. ജനവിരുദ്ധവും ദേശവിരുദ്ധ വും ആയ സാമ്പത്തിക നയങ്ങൾ മോദി സർക്കാർ അതിവേഗത യിലും അതിതീവ്രതയിലുമാണ് തുടരുന്നത്. ഈ സത്യം വിളിച്ചുപ റയുന്നവരെ രാജ്യദ്രോഹികളായി ചിത്രീകരിച്ച് തുറുങ്കിലടക്കണം. യാതൊരു തത്വദീക്ഷയും ഇല്ലാതെ രാജ്യം വിറ്റ് തുലക്കുന്നവർ രാജ്യസ്നേഹികൾ. രാജ്യസ്നേഹവും രാജ്യദ്രോഹവും ആരാണ് ഇവരെ ബോധ്യപ്പെടുത്തുക.

1969 ലാണ് ഇന്ത്യയിൽ ബാങ്കുകൾ ദേശസാൽക്കരിച്ചത്. 1991 ലാണ് നവലിബറൽ സാമ്പത്തിക നയങ്ങൾ നടപ്പിലാക്കി തുട ങ്ങിയത്. ബാങ്ക് ദേശസാൽക്കരണം 51 വർഷം പൂർത്തിയാക്കി. നവലിബറൽ പരിഷ്ക്കാരങ്ങൾ മൂന്ന് പതിറ്റാണ്ട് പൂർത്തിയാക്കാൻ പോകുന്നു. ബാങ്കുകൾ സമൂഹത്തിന്റെ സമഗ്ര പുരോഗതി ലക്ഷ്യമാക്കി പ്രവർത്തിക്കണം. ആ ലക്ഷ്യത്തോടെയാണ് നാം ബാങ്കുകൾ പൊതു

ഉടമയിൽ ആക്കിയത്. സ്വകാര്യ ബാങ്കുകൾ സംരക്ഷിക്കുന്നത് സ്വകാര്യ താൽപര്യങ്ങൾ മാത്രം. നയങ്ങൾ മാറിയപ്പോൾ സാമൂഹ്യ ലക്ഷ്യങ്ങൾ അപ്രത്യക്ഷമായി. നവലിബറൽ നയങ്ങൾ സംരക്ഷി ക്കുന്നത് കോർപറേറ്റ് താൽപര്യങ്ങൾ മാത്രം. സാധാരണക്കാരും അവരുടെ ക്ഷേമവും പടിക്ക് പുറത്ത്. ഇന്ന് ഇന്ത്യൻ ബാങ്കുകൾ പ്രവർത്തിക്കുന്നത് ഒരുപിടി അതിസമ്പന്നർക്കും കുത്തകകൾക്കും വേണ്ടി മാത്രം.

ബാങ്കുകൾ പരസ്പരം ലയിപ്പിച്ച് വലിയ ബാങ്കാക്കി മുതലാളിക്ക് കൈമാറാൻ തന്നെയാണ് ധൃതി പിടിച്ച് ബാങ്ക് ലയനങ്ങൾ നടപ്പിലാ ക്കിയത്. ലയനങ്ങൾ ഇടപാടുകാർക്ക് സമ്മാനിച്ചത് കൊടിയ ദുരിത ങ്ങൾ മാത്രം. ധാരാളം ശാഖകൾ അടച്ചുപൂട്ടി. പല ഗ്രാമവാസികൾക്കും അവരുടെ പരിമിതമായ ഇടപാടുകൾ പൂർത്തിയാക്കാൻ നാഴികകൾ യാത്ര ചെയ്യേണ്ടി വരുന്നു. ഇന്ത്യൻ ബാങ്കുകൾ ഇന്ന് നേരിടുന്ന പ്ര തിസന്ധിയുടെ മുഖ്യകാരണം ഭരണകൂട കോർപറേറ്റ് ചങ്ങാത്തം തന്നെയാണ്. ബാങ്കുകളുടെ ആരോഗ്യം കവർന്ന് നശിപ്പിക്കുന്ന കോർപറേറ്റുകൾക്ക് മോദി സർക്കാർ ബാങ്കുകൾ തന്നെ കൈമാറുന്ന കാഴ്ചയാണ് നാം കണ്ടുവരുന്നത്. ഇന്ത്യയിലെ സാധാരണ ജനങ്ങൾ അധ്വാനിച്ച് മിച്ചം വരുന്ന പണം ബാങ്കിൽ നിക്ഷേപിക്കുന്നു. ഈ നിക്ഷേപം അംബാനിമാർക്ക് ചൂതുകളിക്കാൻ വിട്ടുകൊടുക്കുകയാണ് മോദിസർക്കാർ. ഇതിന്റെ പേര് രാജ്യസ്നേഹം എന്നല്ല കോർപറേ റ്റ് പാദസേവ എന്നാണിതിനെ വിശേഷിപ്പിക്കേണ്ടത്.

പലപ്പോഴായി നടത്തിയ ബാങ്ക് ലയനങ്ങൾക്കു ശേഷം ഇന്ന് നമ്മുടെ രാജ്യത്ത് 12 പൊതുമേഖലാ ബാങ്കുകളാണ് ബാക്കിയുള്ളത്. ഇതും എത്രകാലം പൊതു ഉടമയിൽ എന്ന് കണ്ടറിയണം. നിലവി ലുള്ള പൊതുമേഖലാ ബാങ്കുകളും 1-4-2020 ന് ഈ ബാങ്കുകളിലെ സർക്കാർ ഓഹരിയും ഇപ്രകാരം.

| | | | |
|---|---|---|---|
| 1. | സ്റ്റേറ്റ് ബാങ്ക് ഓഫ് ഇന്ത്യ | - | 61.00% |
| 2. | ബാങ്ക് ഓഫ് ബറോഡ | - | 63.74% |
| 3. | യൂനിയൻ ബാങ്ക് ഓഫ് ഇന്ത്യ | - | 67.43% |
| 4. | പഞ്ചാബ് നാഷണൽ ബാങ്ക് | - | 92.22% |
| 5. | കനറാബാങ്ക് | - | 72.55% |
| 6. | പഞ്ചാബ് & സിന്ധ് ബാങ്ക് | - | 79.62% |
| 7. | ഇന്ത്യൻ ബാങ്ക് | - | 81.73% |

| | | | |
|---|---|---|---|
| 8. | ബാങ്ക് ഓഫ് മഹാരാഷ്ട്ര | - | 87.01% |
| 9. | ബാങ്ക് ഓഫ് ഇന്ത്യ | - | 87.0535% |
| 10. | സെൻട്രൽ ബാങ്ക് ഓഫ് ഇന്ത്യ | - | 88.02% |
| 11. | ഇന്ത്യൻ ഓവർസീസ് ബാങ്ക് | - | 95.00% |
| 12. | യൂക്കോ ബാങ്ക് | - | 93.29% |

ബാങ്ക് നിക്ഷേപത്തിൽ ഭൂരിഭാഗവും സാധാരണ ജനങ്ങളുടേത്. എന്നാൽ ഭൂരിഭാഗം വായ്പകളും അതിസമ്പന്നർക്കും കുത്തകകൾക്കും. അവർ വായ്പ തിരിച്ചടക്കാറില്ല. ആ വായ്പകൾ ഒടുവിൽ എഴുതിത്തള്ളും. ഇതാണ് കോർപറേറ്റ് കൊള്ള. കോർപറേറ്റ് കിട്ടാക്കടങ്ങളും ഭീകരമായ എഴുതിത്തള്ളലും ഇന്ത്യൻ ബാങ്കുകളെ വൻ പ്രതിസന്ധിയിൽ എത്തിക്കുകയാണ്. ആരുടെ വായ്പകളാണ് എഴുതിത്തള്ളുന്നത്, എത്ര രൂപയാണ് എഴുതിത്തള്ളുന്നത് എന്നൊക്കെ അറിയാൻ ഇന്ത്യയിലെ ജനങ്ങൾക്ക് അവകാശമുണ്ട്. ഈ ദിശയിലുള്ള ചോദ്യങ്ങൾക്ക് കൃത്യമായ മറുപടി തരാൻ ബാങ്കുകളും റിസർവ് ബാങ്കും വിമുഖത കാട്ടുകയാണ്. വിവരാവകാശ നിയമം ഉപയോഗിച്ച് ലഭ്യമായ വിവരങ്ങൾ Moneylife പ്രസിദ്ധീകരിച്ചു. സ്റ്റേറ്റ് ബാങ്ക് ഓഫ് ഇന്ത്യ, ബാങ്ക് ഓഫ് മഹാരാഷ്ട്ര, ബാങ്ക് ഓഫ് ബറോഡ തുടങ്ങിയ പ്രധാന മൂന്ന് പ്രധാന ബാങ്കുകളിലെ സ്ഥിതി. ആകെ 123432.

പൂനയിലെ വിവരാവകാശ പ്രവർത്തകരുടെ കൂട്ടായ്മയാണ് Sajag Nagrik Manch, പ്രസിഡണ്ട് ശ്രീ. വേലാങ്കർ. അദ്ദേഹം നിരന്തര ശ്രമം നടത്തിയതിനു ശേഷമാണ് ബാങ്കുകൾ കണക്കുകളും മറ്റ് വിവരങ്ങളും നൽകിയത്.

കഴിഞ്ഞ 8 ധനകാര്യ വർഷങ്ങളിൽ സ്റ്റേറ്റ് ബാങ്ക് ഓഫ് ഇന്ത്യ എഴുതിത്തള്ളിയത് 123432 കോടി രൂപ.

| | | |
|---|---|---|
| 2012-13 | - | 1345 കോടി രൂപ |
| 2013-14 | - | 3248 ' |
| 2014-15 | - | 5630 ' |
| 2015-16 | - | 8461 ' |
| 2016-17 | - | 13587 ' |
| 2017-18 | - | 17548 ' |
| 2018-19 | - | 27225 ' |
| 2019-20 | - | 46388 ' |
| | | 123432 ' |

ഇതിൽ നേടിയത് ആരൊക്കെയാണെന്ന് നാം അറിയണം. 56 പേരുടെ ലിസ്റ്റും സ്റ്റേറ്റ് ബാങ്ക് നൽകി. ആദ്യത്തെ 5 പേർ ഇവരാണ്.

1. അഹീസ Industries LTD
2. Bhushan Power & steel
3. IRVCL LTD
4. Vedeocon Industries
5. Sree Mahalaxmi Corp P LTD

സാധാരണ ജനങ്ങളും കർഷകരും കൈത്തൊഴിലുകാരും ഉപജീവനം കഴിക്കാനാണ് ബാങ്ക് വായ്പ വാങ്ങുന്നത്. തങ്ങളുടേതല്ലാത്ത കാരണങ്ങളാൽ വായ്പ തിരിച്ചടക്കാൻ വീഴ്ച വരുത്തിയാൽ ഭീഷണി, ജപ്തി, ജയിൽവാസം. മറുഭാഗത്ത് വായ്പ വിഴുങ്ങുന്നവർക്ക് വിഴുങ്ങാൻ ബാങ്കുകൾ തന്നെ നൽകുന്ന മോഡി സർക്കാർ. നിങ്ങൾ ചോദ്യം ചെയ്യരുത്. ചോദ്യം ചെയ്താൽ നിങ്ങളുടെ പേരിൽ രാജ്യദ്രോഹ കുറ്റം ആരോപിക്കും. നിങ്ങളെ തുറുങ്കിലടക്കും. രാജ്യം ഭരിക്കുന്നത് കോർപറേറ്റുകൾ. അവരുടെ പാദസേവ തുടരുന്ന ഭരണാധികാരികൾ.

ബാങ്ക് ഓഫ് മഹാരാഷ്ട്ര കഴിഞ്ഞ വർഷങ്ങളിൽ എഴുതി തള്ളിയ കടം എത്രയാണെന്ന് നോക്കാം.

| | | | |
|---|---|---|---|
| 2013-14 | - | 275.12 | കോടി രൂപ |
| 2016-17 | - | 466-58 | ' |
| 2017-18 | - | 1024.69 | ' |
| 2018-19 | - | 2096.52 | ' |
| 2019-20 | - | 3539.67 | ' |
| **ആകെ** | | **7402 .58** വായ്പകളുടേത് | |

മേൽ സൂചിപ്പിച്ചത് 100 കോടി രൂപക്ക് മുകളിലുള്ള വായ്പകളുടേത് മാത്രമാണ്. ബാങ്കിന്റെ വാർഷിക റിപ്പോർട്ടുകൾ പരിശോധിച്ചപ്പോൾ ലഭിച്ച വിവരങ്ങൾ.

| **ധനകാര്യ വർഷം** | **ആകെ എഴുതിത്തള്ളിയ സംഖ്യ കോടിയിൽ** |
|---|---|
| 2019-20 | 5697 |
| 2018-19 | 5127 |
| 2017-18 | 2460 |
| 2016-17 | 1357 |

ബാങ്ക് ഓഫ് ബറോഡയിലും സ്ഥിതി വിഭിന്നമല്ല. സ്റ്റേറ്റ് ബാങ്ക് ഓഫ് ഇന്ത്യ ഒരു പരീക്ഷണശാലയാണ്. ആ പരീക്ഷണങ്ങൾ എല്ലാ ബാങ്കുകളിലേക്കും വ്യാപിപ്പിക്കുന്നു. റിസർവ് ബാങ്കും ധനമന്ത്രാലയവും ഇന്ത്യയിലെ പൊതുമേഖലാ ബാങ്കുകൾക്ക് ശവപ്പെട്ടി ഒരുക്കാൻ കൂട്ടുനിൽക്കുന്നു എന്ന യാഥാർത്ഥ്യം നാം ഇത്തരം നടപടികളിലൂടെ തിരിച്ചറിയുകയാണ്. കഴിഞ്ഞ വർഷങ്ങളിൽ ബാങ്ക് ഓഫ് ബറോഡ എഴുതിത്തള്ളിയ 100 കോടിക്ക് മുകളിലുള്ള വായ്പകൾ ഈ രീതിയിൽ.

| **വർഷം** | **എഴുതിത്തള്ളിയ തുക (കോടിയിൽ)** |
|---|---|
| 2012-13 | 606.91 |
| 2013-14 | 391.95 |
| 2014-15 | 334.34 |
| 2015-16 | 781.81 |
| 2016-17 | 1851.65 |
| 2017-18 | 605.74 |
| 2018-19 | 6443.80 |
| 2019-20 | 10457.69 |
| **ആകെ** | **21473.89** |

ഇന്ത്യയിലെ പൊതുമേഖലാ ബാങ്കുകളിലെ വർത്തമാനകാല യാഥാർത്ഥ്യങ്ങൾ നമ്മെ ഞെട്ടിക്കുകയും അസ്വസ്ഥരാക്കുകയും ചെയ്യുമ്പോൾ നമ്മുടെ ഉത്തരവാദിത്വം വർധിക്കുകയാണ്. നിക്ഷേപകരുടെ നിക്ഷേപം തിരിച്ചു നൽകാൻ സാധിക്കാത്ത വൻ പ്രതിസന്ധിയിലേക്ക് ഇന്ത്യയിലെ ബാങ്കുകൾ എത്തുകയാണ്. ഈ നയങ്ങൾ ഇനിയും തുടരാൻ നാം അനുവദിക്കരുത്.

എല്ലാ ബാങ്കുകളിൽ നിന്നും വിവരങ്ങൾ ശേഖരിക്കാൻ ശ്രമം തുടരുകയാണ്. വൻ കൊള്ളയാണ് ബാങ്കിംഗ് മേഖലയിൽ തുടരുന്നത്. കൊറോണക്കാലത്ത് പ്രതിഷേധം ശക്തിപ്പെടില്ല എന്ന മിഥ്യാധാരണയിൽ ഭ്രാന്തമായ സ്വകാര്യവൽക്കരണ നടപടികളുമായിട്ടാണ് മോഡി സർക്കാർ യാത്ര തുടരുന്നത്. ഈ അനീതിക്കെതിരെ, രാജ്യദ്രോഹ നയങ്ങൾക്കെതിരെ മുഴുവൻ ഇന്ത്യക്കാരും ശബ്ദമുയർത്തുക. ബാങ്കിംഗ് മേഖല സംരക്ഷിക്കാൻ, സമ്പദ്ഘടന സംരക്ഷിക്കാൻ, പൊതുമേഖല സംരക്ഷിക്കാൻ, രാജ്യത്തെ രക്ഷിക്കാൻ, നമ്മുടെ ജീവിതം സംരക്ഷിക്കാൻ സംഘം ചേരുക പോരാടുക.

# അതിസമ്പന്നരുടെ താൽപര്യങ്ങൾ മാത്രം സംരക്ഷിക്കപ്പെടുന്നു – ഭാഗം രണ്ട്

ഒന്നാം ഭാഗത്തിൽ സ്റ്റേറ്റ് ബാങ്ക് ഓഫ് ഇന്ത്യ, ബാങ്ക് ഓഫ് മഹാരാഷ്ട്ര, ബാങ്ക് ഓഫ് ബറോഡ തുടങ്ങിയ ബാങ്കുകളിലെ എഴുതിത്തള്ളൽ വിശദീകരിച്ചു. ഈ ഭാഗത്തിൽ നാം പരിശോധിക്കുന്നത് സെൻട്രൽ ബാങ്ക് ഓഫ് ഇന്ത്യ, യൂണിയൻ ബാങ്ക് ഓഫ് ഇന്ത്യ, ഇന്ത്യൻ ഓവർസീസ് ബാങ്ക്, പഞ്ചാബ് നാഷണൽ ബാങ്ക്, ഐ ഡി ബി ഐ ബാങ്ക് തുടങ്ങിയ ബാങ്കുകൾ.

## 1. സെൻട്രൽ ബാങ്ക് ഓഫ് ഇന്ത്യ

മറ്റ് വൻകിട ബാങ്കുകളെപ്പോലെ എഴുതിത്തള്ളൽ സെൻട്രൽ ബാങ്ക് ഓഫ് ഇന്ത്യയിലും അരങ്ങേറി. കഴിഞ്ഞ 8 ധനകാര്യ വർഷങ്ങളിൽ സെൻട്രൽ ബാങ്ക് ഓഫ് ഇന്ത്യ എഴുതിത്തള്ളിയത് 17239.74 കോടി രൂപ. അതിൽ 7% തുക പിരിച്ചെടുക്കാൻ സെൻട്രൽ ബാങ്കിന് സാധിച്ചു. വിവരാവകാശ നിയമപ്രകാരം ഉന്നയിക്കുന്ന ചോദ്യങ്ങൾക്ക് കൃത്യമായ മറുപടി നൽകാൻ ബാങ്കുകൾ തയ്യാറല്ല. ആരുടെ വായ്പയാണ് എഴുതിത്തള്ളിയത് എന്ന് ജനങ്ങൾ അറിയരുതെന്ന് ബാങ്കുകൾക്ക് നിർബന്ധം. ഈ രാജ്യത്തെ കർഷകരുടെയോ ഗ്രാമീണ ദരിദ്രരുടെയോ വായ്പകൾ തള്ളുന്ന ശീലം ബാങ്കുകൾക്കോ ഭരണാധികാരികൾക്കോ തീരെ ഇല്ലെന്ന് നമുക്ക് പൂർണ്ണ ബോധ്യമുണ്ട്. ബാങ്ക് എഴുതിത്തള്ളിയ 100 കോടി രൂപയ്ക്കു മുകളിലുള്ള വായ്പകൾ താഴെ പട്ടികയിൽ

| Total amounts of loans, for the loan outstanding above 100 crs. technically written off every year from financial year 2011-12 till 2019-20 | (Rs in Crores) |
|---|---|

| Financial Year | TWO Amount |
|---|---|
| 2011-12 | 0.00 |
| 2012-13 | 222.24 |
| 2013-14 | 1240.07 |
| 2014-15 | 1009.66 |
| 2015-16 | 802.66 |
| 2016-17 | 1385.34 |
| 2017-18 | 2423.24 |
| 2018-19 | 7002.56 |
| 2019-20 | 3153.70 |

(Two amount= Technically written off amount)

ബാങ്ക് ആകെ എഴുതിത്തള്ളിയ തുകയും മറ്റു വിവരങ്ങളും ബാങ്കിന്റെ വാർഷിക റിപ്പോർട്ടുകളിൽ നിന്ന്

## 2. യൂണിയൻ ബാങ്ക് ഓഫ് ഇന്ത്യ

മറ്റു ബാങ്കുകളിൽ നിന്നും വ്യത്യസ്തമായി യൂണിയൻ ബാങ്ക് ഓഫ് ഇന്ത്യ എഴുതിത്തള്ളിയ സംഖ്യയിൽ പിരിച്ചെടുത്ത വിവരങ്ങൾ കൈമാറാൻ തയ്യാറായില്ല. കഴിഞ്ഞ 8 ധനകാര്യ വർഷങ്ങളിൽ യൂണിയൻ ബാങ്ക് ഓഫ് ഇന്ത്യ എഴുതിത്തള്ളിയത് 26072 കോടി രൂപ. യൂണിയൻ ബാങ്ക് ഓഫ് ഇന്ത്യ വിവരാവകാശ പ്രകാരം നൽകിയ മറുപടി താഴെ വായിക്കുക.

| |
|---|
| Total amount of loans technically written off every year from financial year 2011-12 till 2019-20 |
| Recovery made against these technically written off loan amounts every year from financial year 2011-12 till 2019-20 |

| Financial Year | TWO Amount | Recovery in TWO |
|---|---|---|
| 2011-12 | 264.42 | 35.01 |
| 2012-13 | 701.73 | 128.02 |
| 2013-14 | 1405.95 | 156.09 |
| 2014-15 | 1413.49 | 42.47 |
| 2015-16 | 1300.00 | 30.13 |
| 2016-17 | 2385.01 | 55.66 |
| 2017-18 | 2606.53 | 316.26 |
| 2018-19 | 8522.52 | 499.41 |
| 2019-20 | 3388.95 | 659.64 |
| **Total** | **21988.60** | **1922.69** |

(Rs in Crores)

TWO amount=technically written off amount

| Sr.no. | Information sought | Reply of CPIO |
|---|---|---|
| 1 | Total amount of loans technically written off every year from Financial Year 2011-12 till 2019-20 | The information sought by you is available on Bank's official website. www.unionbankofindia.com <Investor Relations<Annual Reports |
| 2 | Recovery made against these technically written off loan amounts every year from financial year 2011-12 till 2019-20. | The information sought by you is available on Bank's official website. www.unionbankofindia.com <Investor Relations<Annual Reports |
| 3 | Total amount of loans above Rs.100 crores technically written off every year from financial year 2011-12 till 2019-20 | INR 26072.81 crore |
| 4 | Recovery made against these technically written off loan amounts above 100 crores every year from financial year 2011-12 till 2019-20 | The information sought , the segregation and collation of which would cause disproportionate diversion of resources , hence in terms of Section 7(9) of RTI Act, we express our inability to provide the said information. |
| 5 | List of loan takers names whose loans above 100 crs are technically written off during each financial year since 2011-12 till 2019-20 | The information sought is held in commercial confidence with the Bank. Since no larger public interest is involved, we are exempted under Section 8(1)(d) of RTI Act to provide information to you. |
| 6 | For each of this loan account how much recovery was made till 31st March 2020 even though they were technically written off from books | The information sought by you is available in Annual report 2020-21 which is available on Bank's official website. www.unionbankofindia.com <Investor Relations<Annual Reports |

## 3. ഇന്ത്യൻ ഓവർസീസ് ബാങ്ക്

വിവരാവകാശ നിയമപ്രകാരം ഉന്നയിച്ച ഒരു ചോദ്യത്തിനും മറുപടി നൽകാൻ ഇന്ത്യൻ ഓവർസീസ് ബാങ്ക് തയ്യാറായില്ല. ബാങ്കിന്റെ വാർഷിക റിപ്പോർട്ടുകളിൽ നിന്നും ലഭിച്ച വിവരങ്ങൾ താഴെ.

(All Figs. In Crores)

| Year | Write-off amount | Recovery Amount |
|---|---|---|
| 2019-2020 | 16,406 | 1,441 |
| 2018-2019 | 7,683 | 1,296 |
| 2017-2018 | 7,018 | 1,134 |
| 2016-2017 | (1894+1060) = 2954 | 877 |
| 2015-2016 | (2013+115) = 2128 | 496 |
| 2014-2015 | (2003+84) =2087 | 585 |
| 2013-2014 | (1414+60) = 1474 | 1,064 |
| 2012-13 | (1513+129) =1642 | 360 |
| **Total** | **41,392** | **7253** |

വിവരാവകാശ പ്രകാരം ചോദ്യത്തിന് ബാങ്ക് നൽകിയ മറുപടി താഴെ

| | |
|---|---|
| 3,4,5,6 | Information sought for is not readily available and culling out of such information will disproportionately divert the resources of Bank and will affect normal working of Bank. Under RTI Act, 2005 CPIO can provide only that information which is available and existing with Public Authority.<br><br>**The Honourable Supreme court in Central Board of Sec. Education & ... vs Aditya Bandopadhyay & Ors on 9 August, 2011** held that "The nation does not want a scenario where 75% of the staff of public authorities spends 75% of their time in collecting and furnishing information to applicants instead of discharging their regular duties. The threat of penalties under the RTI Act and the pressure of the authorities under the RTI Act should not lead to employees of a public authorities prioritizing information furnishing', at the cost of their normal and regular duties. |

## 4. പഞ്ചാബ് നാഷണൽ ബാങ്ക്

ഓരോ ബാങ്കിന്റെയും വിവരങ്ങൾ വിശദമായി പരിശോധിക്കുമ്പോൾ നാം ഞെട്ടുന്നു. നമ്മുടെ രാജ്യത്ത് ബാങ്കുകൾ പ്രവർത്തിക്കുന്നത് ആർക്കു വേണ്ടി. പഞ്ചാബ് നാഷണൽ ബാങ്ക് കഴിഞ്ഞ4 വർഷം എഴുതിത്തള്ളിയത് 44565.59 കോടി. അതിൽ 100 കോടിക്കു മുകളിൽ 31966 കോടി രൂപ. പൊതുമേഖല ബാങ്കുകളിൽ രണ്ടാം സ്ഥാനത്താണ് പഞ്ചാബ് നാഷണൽ ബാങ്ക്. ഒടുവിലത്തെ ലയനശേഷം സ്ഥാനം കൃത്യമായി പുറത്തു വന്നില്ല. വിശദമായ പട്ടിക താഴെ.

<table>
<tr><td>1</td><td>Total amount of loans technically written off every year from financial year 2011-12 till 2019-20.</td><td>We have data regarding technically written off loans available from financial year F.Y. 2016-17, 2017-18, 2018-19 and F.Y 2019-20, which is as under:<br>Rs. In Crore
<table>
<tr><td>F.Y 2016-17</td><td>11485.95</td></tr>
<tr><td>F.Y 2017-18</td><td>7947.52</td></tr>
<tr><td>F.Y 2018-19</td><td>11557.57</td></tr>
<tr><td>F.Y 2019-20</td><td>13574.55</td></tr>
</table>
44565.59</td></tr>
<tr><td>2</td><td>Recovery made against these technically written off loan amounts every year from F.Y 2011-12 till 2019-20.</td><td>we have data regarding Recovery amount in technically written off loans available from F.Y. 2016-17, 2017-18, 2018-19 and 2019-20, which is as under:<br>Rs. in Crore
<table>
<tr><td>Financial Year</td><td>Total Recovery in Two</td></tr>
<tr><td>F.Y 2016-17</td><td>4484.79</td></tr>
<tr><td>F.Y 2017-18</td><td>1040.38</td></tr>
<tr><td>F.Y 2018-19</td><td>2721.24</td></tr>
<tr><td>F.Y 2019-20</td><td>3781.56</td></tr>
</table>
12027.97</td></tr>
<tr><td>3</td><td>Total amount of loans above 100 Crore technically written off every year from F.Y. 2011-2012 till 2019-20.</td><td>We have data regarding Total amount of loans above 100 Crore for technically written off. Available for F.Y. 2016-17, 2017-18, 2018-19 and F.Y 2019-20, which is as under:<br>Rs. in Crore
<table>
<tr><td>Financial Year</td><td>Technically written off above 100 Crore</td></tr>
<tr><td>F.Y 2016-17</td><td>7145.41</td></tr>
<tr><td>F.Y 2017-18</td><td>4867.37</td></tr>
<tr><td>F.Y 2018-19</td><td>9886.49</td></tr>
<tr><td>F.Y 2019-20</td><td>10098.21</td></tr>
</table>
31997.48</td></tr>
<tr><td>4</td><td>Recovery made against these technically written off loan amounts above 100 Crore every year from F.Y 2011-12 till 2019-20.</td><td>We have data regarding Recovery amount in loans above 100 Cr. for Technically written off accounts available for F.Y 2016-2017, 2017-18, 2018-19 and F.Y 2019-20, which is as under:<br>Rs. in Crore.
<table>
<tr><td>Financial Year</td><td>Recovery in technically written off account above 100 Crore</td></tr>
<tr><td>F.Y 2016-17</td><td>2647.54</td></tr>
<tr><td>F.Y 2017-18</td><td>383.70</td></tr>
<tr><td>F.Y 2018-19</td><td>1599.70</td></tr>
<tr><td>F.Y 2019-20</td><td>2397.00</td></tr>
</table>
7027.94</td></tr>
</table>

## 5. ഐ ഡി ബി ഐ ബാങ്ക്

പൊതുമേഖലാ ബാങ്കുകളുടെ പട്ടികയിൽ ഐ ഡി ബി ഐ ബാങ്ക് ഇല്ല. 2019 ജനുവരി മുതൽ ഐ ഡി ബി ഐ ബാങ്ക് സ്വകാര്യ ബാങ്കായിട്ടാണ് പരിഗണിക്കുന്നത്. 51 % ഓഹരി എൽ ഐ സി യുടെ പക്കൽ. തകർച്ചയെ നേരിട്ടപ്പോൾ നിരവധി തവണ bailout സഹായം ലഭിച്ച ബാങ്ക്. കഴിഞ്ഞ 7 ധനകാര്യ വർഷങ്ങളിൽ ഐ ഡി ബി ഐ ബാങ്ക് എഴുതിത്തള്ളിയത് 45693 കോടി രൂപ. വിശദമായ പട്ടിക താഴെ.

(All Figs. In Crores)

| Year | Write-off amount | Recovery Amount | Expenses incurred for the Recovery of Write-off |
|---|---|---|---|
| 2019-2020 | 5,935 | 1,247 | 4.85 |
| 2018-2019 | 15,918 | 796 | 4.66 |
| 2017-2018 | 12,514 | 50 | 3.93 |
| 2016-2017 | 2,868 | 544 | 3.90 |
| 2015-2016 | 5,458 | 409 | 3.62 |
| 2014-2015 | 1,608 | 52 | 3.76 |
| 2013-2014 | 1,392 | 606 | 4.62 |
| TOTAL | 45693 | 3,704 | 29.34 |

ധനമേഖലയിലും ബാങ്കിംഗ് മേഖലയിലും തുടരുന്നത് ഇന്ത്യയിലെ ജനങ്ങൾക്കും സമ്പദ്ഘടനക്കും മാരക ആഘാതങ്ങൾ സൃഷ്ടിക്കുന്ന നയങ്ങൾ. രാജ്യത്ത് നടപ്പിലാക്കുന്ന നയങ്ങൾ ഉറപ്പു വരുത്തുന്നത് കോർപറേറ്റ് ക്ഷേമം മാത്രം. ജനകീയ ബാങ്കിംഗ് നയം രാജ്യവ്യാപകമായി നടപ്പിലാക്കണം. വായ്പാ നയങ്ങൾ ജനക്ഷേമം ഉറപ്പു വരുത്തണം. മുൻഗണന നിർവചനങ്ങളിൽ മാറ്റം വരുത്തണം. കൊറോണ പടർത്തിയ ദുരിതങ്ങളിൽ നിന്നും ജനങ്ങളെ സഹായിക്കാൻ ധാരാളം ചെറിയ ചെറിയ വായ്പകൾ ലഭ്യമാക്കണം. നിക്ഷേപകരുടെ താൽപര്യങ്ങൾ സംരക്ഷിക്കണം. കോർപ്പറേറ്റ് പാദസേവ അവസാനിപ്പിക്കണം. ബാങ്കുകൾ ജനന്മക്ക്.

# അതിസമ്പന്നരുടെ താൽപര്യങ്ങൾ മാത്രം സംരക്ഷിക്കപ്പെടുന്നു –ഭാഗം 3

ഒന്നാം ഭാഗത്തിൽ സ്റ്റേറ്റ് ബാങ്ക് ഓഫ് ഇന്ത്യ, ബാങ്ക് ഓഫ് മഹാരാഷ്ട്ര, ബാങ്ക് ഓഫ് ബറോഡ തുടങ്ങിയ ബാങ്കുകളും രണ്ടാം ഭാഗത്തിൽ സെൻട്രൽ ബാങ്ക് ഓഫ് ഇന്ത്യ, യൂണിയൻ ബാങ്ക് ഓഫ് ഇന്ത്യ, പഞ്ചാബ് നാഷണൽ ബാങ്ക്, ഇന്ത്യൻ ഓവർസീസ് ബാങ്ക്, ഐ ഡി ബി ഐ ബാങ്ക് തുടങ്ങിയ ബാങ്കുകളും എഴുതിത്തള്ളിയ കടങ്ങൾ നാം വിലയിരുത്തി അവസാന ഭാഗത്തിൽ കാനറാ ബാങ്ക്, യൂക്കോ ബാങ്ക് എന്നീ രണ്ടു ബാങ്കുകളിലെ കാര്യങ്ങളാണ് പരിശോധിക്കുന്നത്. ഓരോ ബാങ്കിലും ഭരണകൂട ഒത്താശയോടെ തുടരുന്ന പകൽക്കൊള്ള നാം വളരെ ഗൗരവമായി കാണണം. ബാങ്കുകളുടെ അടിത്തറയിളക്കുകയാണ്. ജനതയുടെ ബാങ്ക് നിക്ഷേപം അപകടത്തിൽ. ബാങ്കിംഗ് മേഖലയിൽ ജനകീയ ഇടപെടൽ അനിവാര്യമാണെന്ന് നാം തിരിച്ചറിയണം.

വിവരാവകാശ നിയമപ്രകാരം ഉന്നയിച്ച ചോദ്യങ്ങൾക്ക് ബാങ്കുകൾ പല രീതിയിലാണ് മറുപടി നൽകിയത്. അതിന്റെ അർത്ഥം നിയമത്തിലെ പഴുതുകൾ ഉപയോഗിച്ച് മറുപടി നൽകാതെ രക്ഷപ്പെടാൻ കഴിയുന്നു എന്നാണ്. കാനറാ ബാങ്ക് മറുപടി നൽകിയില്ല. പകരം ബാങ്കിന്റെ വാർഷിക റിപ്പോർട്ട് പരിശോധിക്കാനാണ് പറഞ്ഞത്. കാനറാ ബാങ്കിന്റെ വാർഷിക റിപ്പോർട്ടുകളിൽ നിന്നും ശേഖരിച്ച വിവരങ്ങളാണ് ഇനി പറയുന്നത്. 2012-13 മുതൽ 2019-20 വരെ 8 ധനകാര്യ വർഷങ്ങളിൽ കാനറാ ബാങ്ക് എഴുതിത്തള്ളിയ വായ്പ 47310 കോടി രൂപ. അതിൽ 19% ആയ 8901 കോടി രൂപ പിരിച്ചെടുത്തതായി വാർഷിക റിപ്പോർട്ടുകൾ വ്യക്തമാക്കുന്നു. പട്ടിക

ശ്രദ്ധിക്കുക.

**Canara Bank**
**Figures as per Annual Reports**

*All figures in Crores

| Year | Tech Writeoff | Other Writeoff | Recovery |
|---|---|---|---|
| | | | |
| 2019-20 | 7653 | 1749 | 2000 |
| 2018-19 | 14015 | 2049 | 1835 |
| 2017-18 | 7523 | 760 | 1534 |
| 2016-17 | 5130 | 441 | 689 |
| 2015-16 | 2911 | 475 | 398 |
| 2014-15 | 1119 | 360 | 1081 |
| 2013-14 | 1010 | 580 | 1022 |
| 2012-13 | 1321 | 214 | 342 |
| **Total** | **40682** | **6628** | **8901** |
| ***Grand Total*** | ***47310*** | | ***8901*** |

കുടിശ്ശിക വരുത്തിയ വ്യക്തികളുടെയും സ്ഥാപനങ്ങളുടെയും പേരുകൾ വെളിപ്പെടുത്താൻ പല ബാങ്കുകളും തയ്യാറല്ല. നിർബന്ധങ്ങൾക്കു വഴങ്ങി ചിലപ്പോൾ വ്യക്തമാക്കുമെന്നുമാത്രം. എന്നാൽ ഒരു സാധാരണക്കാരൻ വായ്പ വാങ്ങി തിരിച്ചടക്കാൻ വീഴ്ച വരുത്തിയാൽ പേരും വിലാസവും ചേർത്ത് പത്രങ്ങളിൽ പരസ്യം നൽകുന്നു. ഈ അനീതി ചോദ്യം ചെയ്യപ്പെടണം. വിവരാവകാശ ചോദ്യങ്ങൾക്ക് കാനറാബാങ്ക് നൽകിയ മറുപടി

| Enter Registration Number | CANBK/R/E/20/01122 |
|---|---|
| Name | Vivek Velankar |
| Date of filing | 12/09/2020 |
| Public Authority | Canara Bank |
| Status | REQUEST DISPOSED OF |
| Date of action | 12/10/2020 |
| Reply :- 1,2 and 3- Information sought is available on Bank website i.e. www.canarabank.com and the same is in public domain. 4 and 6- Information is not maintained in the manner as sought. 5.Information sought is the personal information of the concerned and if disclosed would invade the privacy of those concerned and it disclosure does not have any relationship with public interest or activity and is exempted under section 8-1-J of the RTI Act, 2005. Further information is not maintained in the manner as sought. | |
| CPIO Details :- | CPIO-HO-Hari P V<br>Phone: 080-22109482<br>haripv@canarabank.com |
| First Appellate Authority Details :- | AA-HO-K V C Janaki Rama Rao<br>Phone: 080-22104292<br>kvcjanakiramarao@canarabank.com |

അടുത്തതായി യൂക്കോ ബാങ്കിലെ കാര്യങ്ങൾ നോക്കാം. യുനൈറ്റഡ് കൊമേർഷ്യൽ ബാങ്കിനെയാണ് യൂക്കോ ബാങ്ക് എന്ന് വിളിക്കുന്നത്. 2011-12 മുതൽ 2019-20 വരെ 9 ധനകാര്യ വർഷങ്ങളിൽ യൂക്കോ ബാങ്ക് എഴുതിത്തള്ളിയത് 25266 കോടി രൂപ. അതിൽ 7% ആയ 1702 കോടി പിരിച്ചെടുത്തു എന്ന് യൂക്കോ ബാങ്ക് വ്യക്തമാക്കി. താഴെ പട്ടിക ശ്രദ്ധിക്കുക.

| Financial Year | Technical Write Off (in crs.) | Recoveries Made (in crs.) |
|---|---|---|
| As on 31-03-2012 | 257.77 | - |
| As on 31-03-2013 | 483.96 | - |
| As on 31-03-2014 | 291.99 | - |
| As on 31-03-2015 | 1088.23 | - |
| As on 31-03-2016 | 1573.23 | 93.44 |
| As on 31-03-2017 | 1936.94 | 127.85 |
| As on 31-03-2018 | 2734.71 | 166.35 |
| As on 31-03-2019 | 4420.31 | 430.16 |
| As on 31-03-2020 | 12479.09 | 884.21 |

100 കോടി രൂപക്കു മുകളിലുള്ള വായ്പകൾ തള്ളിയതിന്റെ വിവരങ്ങൾ ലഭ്യമല്ല. വാർഷിക റിപ്പോർട്ടുകൾ പരിശോധിച്ചപ്പോൾ കഴിഞ്ഞ 4 വർഷങ്ങളിൽ തള്ളിയത് 10361 കോടി. അതിൽ 529 കോടി പിരിച്ചെടുത്തതായി രേഖകൾ വ്യക്തമാക്കുന്നു. താഴെ പട്ടിക നോക്കുക.

| Financial Year | Technical Write off (in crs.) | Recoveries Made (in crs.) |
|---|---|---|
| FY 2011-12 | - | - |
| FY 2012-13 | - | - |
| FY 2013-14 | - | - |
| FY 2014-15 | - | - |
| FY 2015-16 | - | - |
| FY 2016-17 | 962.53 | NIL |
| FY 2017-18 | 847.54 | NIL |
| FY 2018-19 | 2125.76 | 274.42 |
| FY 2019-20 | 6425.34 | 254.54 |
| | **Rs10361 crore** | **Rs529 crore** |

നമ്മുടെ രാജ്യത്തു പതിറ്റാണ്ടുകളായി നടപ്പിലാക്കുന്ന നവലിബറൽ സാമ്പത്തിക നയങ്ങൾ സാധാരണ ജനങ്ങളെയും കർഷകരെയും തൊഴിലാളികളെയും കുത്തുപാള എടുപ്പിക്കുകയാണ്. അതിസമ്പന്നരുടെ ആസ്തി വളർന്നു രാജ്യങ്ങളെത്തന്നെ വിലക്കുവാങ്ങാൻ പ്രാപ്തമായി. ബാങ്കിംഗ് നയങ്ങൾ രൂപപ്പെടുത്തുന്നതും ബാങ്കുകളെ കളിപ്പാട്ടങ്ങൾ പോലെ ഉപയോഗിക്കുന്നതും കോർപറേറ്റുകൾ. മോദി സർക്കാർ ബാങ്കുകൾ അവരുടെ പാദങ്ങളിൽ സമർപ്പിക്കുകയാണ്.

നമ്മുടെ ബാങ്ക് നിക്ഷേപം അതിസമ്പന്നരുടെ ചൂതാട്ടത്തിന വേണ്ടി പോരാട്ടം ശക്തിപ്പെടുത്തുക. ബാങ്കിംഗ് മേഖലയിൽ തുടരുന്ന പകൽ ക്കൊള്ള ഉടൻ അവസാനിപ്പിക്കുക. പൊതുമേഖലാ ബാങ്കുകളെ സംരക്ഷിക്കുക. ശക്തിപ്പെടുത്തുക.

# വികസന ബാങ്കിങ് സ്വകാര്യ ബാങ്ക് ആയി മാറുമ്പോൾ

വ്യവസായം, കൃഷി, ഗ്രാമവികസനം, പാർപ്പിടം തുടങ്ങി വിവിധ മേഖലകളിൽ വികസനം യാഥാർത്ഥ്യമാക്കാൻ പ്രത്യേകം സ്ഥാപനങ്ങൾ ആവശ്യമാണെന്ന് തീരുമാനിച്ചത് 1931 ൽ ആയിരുന്നു. സെൻട്രൽ ബാങ്കിങ് എൻക്വറി കമ്മിറ്റി നിർദേശങ്ങൾ അനുസരിച്ച പ്രൊവിൻഷ്യൽ ഇൻഡസ്ട്രിയൽ ക്രെഡിറ്റ് കോർപറേഷൻ രൂപീകരിച്ചു.

വിവിധ മേഖലകളിലും രാജ്യത്തിൻറെ വിവിധ ഭാഗങ്ങളിലും വികസനം യാഥാർധ്യമാക്കാൻ നടപടികൾ ആരംഭിച്ചു. 1945 ൽ റിസേർവ് ബാങ്ക് ഓഫ് ഇന്ത്യ വിശദമായ പഠനം നടത്തി. വ്യവസായങ്ങൾക്ക് ,പ്രത്യേകിച്ച് വൻകിട വ്യവസായങ്ങൾക്ക് ഉൾപ്പെടെ യഥേഷ്ടം വായ്പയും മറ്റു സേവനങ്ങളും ലഭ്യമാക്കാൻ ഇൻഡസ്ട്രിയൽ ഫിനാൻസ് കോർപറേഷൻ ഓഫ് ഇന്ത്യ രൂപീകരിച്ചു. വികസന ബാങ്കിങ് (development banking) രംഗത്ത് നാം നടത്തിയ ആദ്യ കാൽവെപ്പ്.

1947 ൽ ഇന്ത്യ സ്വതന്ത്രയായി. 1950 ൽ സ്വതന്ത്രപരമാധികാര റിപ്പബ്ലിക്ക്. ആസൂത്രണ കമ്മീഷൻ രൂപീകരിച്ചു. പഞ്ച വത്സര പദ്ധതികളിലൂടെ സുസ്ഥിര വികസനം ലക്ഷ്യമിട്ട് ഒന്നാം പഞ്ച വത്സര പദ്ധതിക്ക് രൂപം നൽകി. വികസന പ്രവർത്തനങ്ങൾക് ധാരാളം മൂലധനം ആവശ്യമാണ്. വേണ്ടത്ര സ്വകാര്യമൂലധനം സമാഹരിക്കാൻ പ്രയാസങ്ങൾ ഉള്ളതിനാലും പൊതുമേഖലക്ക് പ്രാധാന്യം നൽകി പൊതുമേഖലയെ ശക്തിപ്പെടുത്തുന്ന നയങ്ങളാണ് രാജ്യത്തു നടപ്പിലാക്കിയത്. വിദേശ സഹായം പ്രയോജനപ്പെടുത്തി പൊതുമേഖലാ പ്രശംസനീയ മാതൃകയിലാണ് പ്രവർത്തിച്ചത്. വ്യാവസായിക

വികസനം യാഥാർഥ്യമാക്കാൻ പൂർണ്ണമായും പൊതു ഉടമയിൽ ഇൻഡസ്ട്രിയൽ ഡെവലൊപ്മെൻറ് ബാങ്ക് ഓഫ് ഇന്ത്യ (IDBI) രൂപീകരിച്ചു. ആർ ബി ഐ യുടെ സബ്സിഡിയറി ആയിട്ടാണ് IDBI

നിലവിൽ വന്നത്. IDBI രൂപീകരണവുമായി ബന്ധപ്പെട്ട് അന്നത്തെ ധനമന്ത്രി ടി ടി കൃഷ്ണമാചാരിയുടെ വാക്കുകൾ ശ്രദ്ധിക്കുക " we are envisaging the new INDUSTRIAL DEVELOPMENT BANK OF INDIA as a central coordinating agency which ultimately will be concerned, directly or indirectly with all the problems or questions relating to the long and medium term financing of industry and will be in a position , if necessary, to adopt and enforce a system of priorities in promoting future industrial growth. "

ഇന്ത്യയിലെ വ്യവസായ വികസനം യാഥാർഥ്യമാക്കാൻ വലിയ ഭാരിച്ച ഉത്തരവാദിത്വങ്ങളാണ് i d b i ക്ക് ഏറ്റെടുക്കേണ്ടിവന്നത്. ഹ്രസ്വകാല ദീർഘകാല വായ്പകൾ ഉൾപ്പെടെ വികസനരംഗത്തു വലിയ കുതിച്ചുചാട്ടം നടത്താൻ ഐഡിബിഐക്കു സാധിച്ചു. വികസനരംഗത്തു പ്രാദേശിക അസന്തുലിതാവസ്ഥ ഇല്ലാതാക്കാൻ പരമാവധി ശ്രമം നടത്തി. നല്ല പ്രവർത്തനം മുന്നോട്ടു കൊണ്ടു പോകാൻ സർക്കാരും ആർ ബി ഐ യും ഐഡിബിഐ ക്കു നല്ല പ്രോത്സാഹനം തുടർന്നു. ചെറുകിട വ്യവസായത്തെയും ഗ്രാമീണ കുടിൽ വ്യവസായത്തെയും പ്രോത്സാഹിപ്പിക്കാൻ ഐഡിബിഐ യുടെ സബ്സിഡിയറിയായി small industries development bank of india(SIDBI)1990 ൽ പ്രവർത്തനം ആരംഭിച്ചു.

1991 ൽ പുതിയ സാമ്പത്തിക നയങ്ങൾ തുടങ്ങിയതോടെ ഐഡിബിഐ യുടെ പ്രവർത്തനത്തിലും മാറ്റങ്ങൾ ദൃശ്യമായി. sidbi യോടൊപ്പം വിവിധ മേഖലകളിൽ പ്രവർത്തനം വ്യാപിപ്പിക്കുന്നതിന്റെ ഭാഗമായി താഴെ പറയുന്ന സ്ഥാപനങ്ങൾ രൂപീകരിക്കുന്നതിൽ ഐഡിബിഐ പ്രധാന പങ്കു വഹിച്ചു

1. securities exchange board of india(SEBI)
2. national stock exchange of india (NSE)
3. credit analysis& research ltd (CARE)
4. stock holding corporation of india (SHCIL)
5. investor services of india ltd (ISIL)
6. national securities depository ltd (NSDL)
7. clearing corporation of india

ഏറ്റവും നല്ല പ്രവർത്തനം കാഴ്ച വെച്ച ഐഡിബിഐ ക്കു ISO

9001 അംഗീകാരം ലഭിച്ചു. അഭിമാനകരമായ നേട്ടങ്ങൾ ഇല്ലാതാക്കുന്ന നയങ്ങളാണ് പിന്നീട് ഭരണാധികാരികൾ നടപ്പിലാക്കിയത്.

1982 ൽ ഐഡിബിഐ യുടെ അന്താരാഷ്ട്ര ഇടപാടുകൾ കൈകാര്യം ചെയ്തിരുന്ന international finance division മാറ്റം വരുത്തി export import bank of india ക്ക രൂപം നൽകി. പാർലമെന്റിലെ നിയമ നിർമാണത്തിലൂടെയാണ് exim bank നിലവിൽ വന്നത്. കൂടുതൽ മെച്ചപ്പെട്ട സേവനങ്ങൾ നൽകാൻ idbi capital market services പ്രവർത്തനം ആരംഭിച്ചു. 1991 മുതൽ ഐഡിബിഐ യുടെ പ്രവർത്തനത്തിൽ കാര്യമായ മാറ്റങ്ങൾ ദൃശ്യമായി. വ്യവസായ പുരോഗതിക്കപ്പുറം മൂലധന വിപണിയിൽ ഐഡിബിഐയെ തളച്ചിടുകയാണ് കേന്ദ്ര സർക്കാർ ചെയ്തത്. bond trading, equity broking, client assessment, management and depository services ഇതൊക്കെയായി ഐഡിബിഐ യുടെ പണി. വിവര സാങ്കേതിക വിദ്യ ഫലപ്രദമായി നടപ്പിലാക്കാൻ 2000 മാർച്ച് മാസത്തിൽ idbi infotech ltd രൂപീകരിച്ചു. ഐഡിബിഐ യുടെ സബ്സിഡിയറി. 2001 മാർച്ചിൽ IDBI TRUSTEESHIP SERVIES LTD പ്രവർത്തനം ആരംഭിച്ചു. ടാറ്റാ ഹോം ഫിനാൻസ് ലിമിറ്റഡിൽ ടാറ്റ ഫിനാൻസ് ന്റെ ഓഹരികൾ ഐഡിബിഐ വാങ്ങി. പേരുമാറ്റി ഐഡിബിഐ ഹോം ഫിനാൻസ് ലിമിറ്റഡ് എന്നാക്കി. എല്ലാ മേഖലകളിലും നല്ല പ്രവർത്തനം തുടർന്നപ്പോൾ നയങ്ങൾ എതിർ ദിശയിൽ. വികസന ബാങ്കിങ് സ്വകാര്യ കോർപ്പറേറ്റ് ബാങ്കിങ് ആയി മാറുന്ന കാഴ്ചയാണ് നാം കണ്ടത്.

1991 ൽ പരിഷ്കാരങ്ങൾ തുടക്കമിട്ടപ്പോൾ ധനമേഖല ലോകബാങ്ക് അന്താരാഷ്ട്ര നാണയനിധി താല്പര്യങ്ങൾക്ക് അനുസൃതമായി രൂപപ്പെടുത്താൻ നരസിംഹം കമ്മിറ്റിയെ നിയോഗിച്ചു. നരസിംഹം കമ്മിറ്റി ബാങ്കിങ് വിഷയത്തിൽ നൽകിയ പ്രധാന ശുപാർശകൾ

1. Development Financial Institutions(DFI) should over a period of time convert themselves into banks failing which it will be converted as non banking finance company.
2. DFI which convert into bank will be given time to comply with reserves requirements o its liability at par with commercial bank.
3. SIDBI be delinked from IDBI. IDBI will be converted into joint stock company.

1994 ഒക്ടോബറിൽ ഐഡിബിഐ ആക്ടിൽ ഭേദഗതി

വരുത്തി. പിന്നീട് പല ഘട്ടങ്ങളിലായി സർക്കാർ ഓഹരി കുറച്ചു. ഐഡിബിഐ യും ഐഡിബിഐ ബാങ്കും രണ്ടായി പ്രവർത്തിച്ചു. പിന്നീട് രണ്ടും ഒന്നാക്കിയാണ് വികസന ബാങ്കിങ് അവസാനിപ്പിച്ചു.

2003 ഡിസംബർ 16. IDBI (transfer of undertaking and repeal bill) പാർലിമെന്റ് പാസ്സാക്കി. ഐഡിബിഐ യും ഐഡിബിഐ ബാങ്കും ലയിക്കാനുള്ള തീരുമാനം 2004 ജൂലൈ 24 ബോർഡ് തീരുമാനമായി.

2004 സെപ്തംബര് 27 ഐഡിബിഐ പുതിയ വേഷത്തിൽ. ഐഡിബിഐ ബാങ്കിന്റെ ബിസിനസ് കണക്കുകൾ താഴെ പട്ടികയിൽ

| | 2013 | 2014 | 2015 | 2016 | 2017 | 2018 | 2019 | 2020 |
|---|---|---|---|---|---|---|---|---|
| Deposits (Amount in Lac Crores) | 2.17 | 2.35 | 2.50 | 2.65 | 2.68 | 2.47 | 2.27 | 2.22 |
| Advances (Amount in Lac Crores) | 1.96 | 1.97 | 2.08 | 2.15 | 1.90 | 1.71 | 1.46 | 1.30 |
| Total Business (Amount in Lac Crores) | 4.23 | 4.33 | 4.68 | 4.81 | 4.59 | 4.19 | 3.74 | 3.52 |
| CASA (Amount in Lac Crores) | | | | | 0.34 | 0.35 | 0.35 | 0.41 |
| SB DEP (Amount in Lac Crores) | | | | | 0.50 | 0.57 | 0.61 | 0.65 |
| CA DEP (Amount in Lac Crores) | | | | | 0.84 | 0.92 | 0.96 | 1.06 |
| GNPA (Amount in Crores) | 6450 | 9960 | 12685 | 24875 | 44752 | 55588 | 50028 | 47272 |
| % | 3.29 | 4.90 | 6.09 | 11.52 | 21.25 | 27.95 | 27.47 | 27.53 |
| NNPA (Amount in Crores) | 3100 | 4902 | 5993 | 14643 | 25206 | 28665 | 14837 | 5439 |
| % | 1.58 | 2.28 | 2.88 | 6.78 | 13.21 | 16.69 | 10.11 | 4.19 |
| OP. PROFIT (Amount in Crores) | 5458 | 5681 | 5728 | 5370 | 4721 | 7909 | 4052 | 5112 |
| PROVISIONS (Amount in Crores) | 3576 | 4560 | 4855 | 9035 | 9777 | 20502 | 26879 | 14079 |
| NET PROFIT/ LOSS (Amount in Crores) | 1882 | 1121 | 873 | -3665 | -5016 | -8238 | -15116 | -12887 |
| AMOUNT WRITTEN OFF (Amount in Crores) | 383 | 1393 | 1609 | 5459 | 2868 | 12515 | 15918 | 5936 |

നിഷ്ക്രിയ ആസ്തി നോക്കുക .

ബാങ്കിന്റെ നഷ്ടം താഴെ പട്ടികയിൽ

(Amount in Cr.)

| | 2016 | 2017 | 2018 | 2019 | 2020 |
|---|---|---|---|---|---|
| Operating Profit | 5370 | 4721 | 7909 | 4052 | 5112 |
| Provisions | 9035 | 9737 | 20502 | 26879 | 14079 |
| Net Loss | 3016 | 5016 | 8238 | 15116 | 12887 |

നിഷ്ക്രിയ ആസ്തിയുമായി ബന്ധപ്പെട്ട രണ്ടു പട്ടികകൾ

(Amount in Cr. )

| | |
|---|---|
| Gross NPA in top 100 Accts which is 80% of GNPA | 39402 |
| 13 Accounts who owe more than 1000 cr. | 24759 |
| 22 Accounts who owe more than 500 cr but less than 1000 cr | 15942 |
| 49 Accounts who owe more than 100 cr. but less than 500 cr | 10285 |
| 84 Accounts who owe more than 100 cr. | 50986 |
| One Account of VIDEOCON owes | 7710 |
| One Account of JAYPEE Industries owes | 5548 |
| NPA in Infrastructure 49% | 15475 |
| NPA in Engineering 11% | 3356 |
| NPA in Vehicle & Transport 7% | 2378 |
| 155 Accounts where fraud has taken place (90% of total fraud) | 12876 |
| 230 willful default accounts | 13719 |
| Of which 42 accounts with balance more than 50 cr (87.54%) | 12010 |

| | |
|---|---|
| RBIs First list of 12 Accounts with Balance Rs.5000 crores & above | 2.42 lac cr |
| Of which IDBI's exposure in 11 Accounts | 11457 cr |
| RBIs Second list of 20 Accounts | 1.51 lac cr |
| Of which IDBI's exposure in 19 Accounts | 10807 cr |
| First 20 cases resolved in NCLT with recovery | 4498 cr |
| Sacrifice in those 20 Accounts 49% | 4375 cr |
| IDBI exposure in pending 399 cases before NCLT | 62152 cr |
| IDBI exposure in admitted 204 cases | 39525 cr |
| Of which 70 cases are pending more than stipulated 270 days | 19730 cr |

വികസന ബാങ്കിങ് അസ്തമിച്ചു.ഐഡിബിഐ ബാങ്കിനെ വലിയ പ്രതിസന്ധിയിൽ എത്തിച്ചു.രാജ്യത്ത് നടപ്പിലാക്കിയ വികലമായ ബാങ്കിങ് നയങ്ങളും വായ്പ തിരിച്ചടക്കാത്ത അതി സമ്പന്നരുമാണ് ബാങ്കിങ് പ്രതിസന്ധിക്കു പ്രധാന കാരണം.ബാങ്കിനെ രക്ഷിക്കാൻ മൂലധനം ആവശ്യമാണ്.അതുകൊണ്ടു പ്രതിസന്ധി പരിഹരിക്കാൻ ഐഡിബിഐ ബാങ്കിന്റെ 51 % ഓഹരി lic ക്കു നൽകി.എല്ലാം ഏറ്റെടുക്കാൻ പൊതുമേഖലാ തന്നെ വേണമല്ലോ.

സർക്കാരിന്റെയും റിസേർവ് ബാങ്കിന്റെയും കണക്കിൽ പൊതുമേഖലാ ബാങ്കുകളുടെ ലിസ്റ്റിൽ ഐഡിബിഐ ബാങ്കിന് സ്ഥാനമില്ല.ബാങ്കിനെ തകർക്കുന്ന അതിസമ്പന്നർക് ബാങ്ക് തന്നെ വിട്ടുകൊടുക്കുക എന്ന ബി ജെ പി നയം ആവർത്തിക്കുകയാണ്. ഇന്ത്യൻ ജനത ആവശ്യപ്പെടുന്ന ബാങ്കുകൾ പൊതു ഉടമയിൽ മാത്രം.ഐഡിബിഐ ബാങ്കിനെ പൊതു ഉടമയിൽ നിലനിർത്തുക ശക്തിപ്പെടുത്തുക .ബാങ്ക് സ്വകാര്യവത്കരണം എന്നും സർവ നാശത്തിലേക്കുള്ള വഴി തുറക്കുക എന്നാണ് അർഥം.സമ്പദ്ഘടന ഒറ്റിക്കൊടുക്കുന്ന രാജ്യദ്രോഹികളെ നിലക്ക് നിർത്താൻ ഇന്ത്യൻ ജനത പ്രാപ്തമാണെന്ന് തെളിയിക്കാൻ നേരമായി കൂട്ടരേ .

(വിശദവിവരങ്ങൾക്ക് center for financial accoutability വെബ്സൈറ്റ് സന്ദർശിക്കുക)

# മഹാമാരിയിലും ചെലവിടാതെ കേന്ദ്രസർക്കാർ

സർക്കാരിന്റെ സാമ്പത്തികരംഗത്തെ ഇടപെടലുകൾ നാം തികഞ്ഞ ജാഗ്രതയോടെ നിരീക്ഷിക്കണം. പണം സമാഹരിക്കുന്ന മാർഗ്ഗങ്ങൾ, പണം ചെലവഴിക്കുന്ന രീതികൾ, സർക്കാർ വാങ്ങുന്ന കടം എല്ലാം നാം വിശദമായി മനസ്സിലാക്കണം. വിദേശ ഏജൻസികളുമായി കേന്ദ്ര സർക്കാർ നടത്തുന്ന ഇടപാടുകൾ, വായ്പകളുമായി ബന്ധപ്പെട്ട നിബന്ധനകൾ, എല്ലാം അവർ നമ്മിൽ നിന്നും മറച്ചു വെക്കാൻ ശ്രമിക്കും. 2019 ൽ വീണ്ടും അധികാരം കിട്ടിയപ്പോൾ എന്തും ചെയ്യാനുള്ള ലൈസൻസ് കിട്ടി എന്ന ഭാവത്തോടെയാണ് ജനവിരുദ്ധ ദേശവിരുദ്ധ നയങ്ങൾ തുടരുന്നത്. സർക്കാർ വാങ്ങുന്ന കടം കൂടിക്കൂടി ആകാശം മുട്ടുന്നു. മറുഭാഗത്ത് മഹാമാരി പിടിമുറുക്കുമ്പോൾ ജനങ്ങൾക്കു വേണ്ടി പണം ചെലവിടാൻ മടിക്കുകയാണ്. വോട്ട് ചെയ്ത് അധികാരത്തിലെത്തിച്ച ജനതയേക്കാൾ അവർക്ക് താൽപര്യം കോർപറേറ്റ് പാദസേവ തന്നെയാണ് എന്ന് അവർ ഓരോ നിമിഷവും നമ്മെ ഓർമ്മിപ്പിക്കുകയാണ്.

കേന്ദ്രസർക്കാരിന്റെ സാമ്പത്തിക കണക്കുകൾ എല്ലാ മാസവും Controller General of Accounts (CGA) പ്രസിദ്ധീകരിക്കാറുണ്ട്. വെബ്സൈറ്റിൽ ഈ കണക്കുകൾ ആർക്കും പരിശോധിക്കാം. ഒരു മാസത്തെ കണക്കുകൾ അടുത്ത മാസം കഴിഞ്ഞാണ് പ്രസിദ്ധീകരിക്കുക. 2020 ജൂലായ് മാസത്തെ കണക്കുകൾ പ്രസിദ്ധീകരിച്ചു. 2020 ജൂലായ് മാസം. മഹാമാരി പിടിമുറുക്കി. അടച്ചുപൂട്ടലിൽ എല്ലാം നിലച്ചു. പണിയില്ല. കൂലിയില്ല. നിത്യേന രോഗികളുടെ എണ്ണം വർധിക്കുന്നു. ജനങ്ങളോട് ആത്മാർത്ഥത ഉള്ള ഒരു ഭരണകൂടം ജനങ്ങളുടെ പരിമിതമായ ക്ഷേമം പോലും ഉറപ്പു വരുത്താൻ ധാരാളം പണം

ചെലവഴിക്കേണ്ട സമയം. എന്നാൽ ബി ജെ പി സർക്കാർ എന്താണ് ചെയ്തതെന്ന് ഇന്ത്യൻ ജനത തിരിച്ചറിയണം. ആകാശം മുട്ടെ കടം വാങ്ങി. എന്നിട്ടും സാധാരണ ജനങ്ങൾക്ക വേണ്ടിയുള്ള ചെലവുകൾ വെട്ടിക്കുറക്കുകയാണ് ചെയ്തത്. ഇനി വെബ്സൈറ്റിൽ നിന്നും കണക്കുകൾ പിൻവലിക്കുമോ എന്നറിയില്ല. അടുത്ത കാലത്ത് സർക്കാരിനെതിരെയുള്ള രേഖകൾ ഒന്നും വെളിച്ചം കാണാറില്ല. statistics രംഗത്തെ ഉന്നത ഉദ്യോഗസ്ഥർ രാജിവെച്ച സംഭവം ഓർക്കുക. ഭരണാധികാരികൾ സത്യത്തെ ഭയപ്പെടുന്നു എന്നതാണ് നാം മനസ്സിലാക്കേണ്ടത്.

2020 ജൂലായ് മാസത്തെ കേന്ദ്ര സർക്കാരിന്റെ വരവ് ചെലവ് കണക്കുകൾ താഴെ പട്ടികയിൽ

GOVERNMENT OF INDIA
UNION GOVERNMENT ACCOUNTS AT A GLANCE
AS AT THE END OF JULY 2020

(Rs. in Crore)

| | | | Budget Estimates 2020-2021* | Actuals@ upto July 2020 | % of Actuals to Budget Estimates | |
|---|---|---|---|---|---|---|
| | | | Rs. | Rs. | Current | COPPY** |
| 1 | Revenue Receipts | | 2020926 | 227402 | 11.3% | (19.5%) |
| 2 | Tax Revenue (Net) | (Details) | 1635909 | 202788 | 12.4% | (20.5%) |
| 3 | Non-Tax Revenue | (Details) | 385017 | 24614 | 6.4% | (14.0%) |
| 4 | Non-Debt Capital Receipts | (Details) | 224967 | 5458 | 2.4% | (14.2%) |
| 5 | Recovery of Loans | | 14967 | 5455 | 36.4% | (31.7%) |
| 6 | Other Receipts | | 210000 | 3 | <1% | (11.8%) |

| | | | | | | |
|---|---|---|---|---|---|---|
| 7 | Total Receipts (1+4) | | 2245893 | 232860 | 10.4% | (19.2%) |
| 8 | Revenue Expenditure | | 2630221 | 942360 | 35.8% | (34.3%) |
| 9 | of which Interest Payments | | 708203 | 198584 | 28.0% | (27.8%) |
| 10 | Capital Expenditure | | 412009 | 111849 | 27.1% | (31.8%) |
| 11 | *of which* Loans disbursed | | 31763 | 14930 | 47.0% | (31.1%) |
| 12 | Total Expenditure (8+10) | (Details) | 3042230 | 1054209 | 34.7% | (34.0%) |
| 13 | Fiscal Deficit (12-7) | | 796337 | 821349 | 103.1% | (77.8%) |
| 14 | Revenue Deficit (8-1) | | 609295 | 714958 | 117.3% | (94.1%) |
| 15 | Primary Deficit (13-9) | | 88134 | 622765 | 706.6% | (841.0%) |

സി ജി എ പ്രസിദ്ധീകരിച്ച കണക്കുകൾ അനുസരിച്ച് ജൂലായ് മാസത്തെ വിദേശകടം 39165 കോടി. 2020-21 ബജറ്റിൽ പറഞ്ഞതിനേക്കാൾ 9 ഇരട്ടിയാണ് ഈ വിദേശ കടം. ആഭ്യന്തര കടം 2020 ജൂലായ് മാസത്തിൽ 7.52 ലക്ഷം കോടിയായി വർദ്ധിച്ചു. പ്രോവിഡന്റ് ഫണ്ട്, ചെറുകിട നിക്ഷേപ പദ്ധതി തുടങ്ങിയ ഫണ്ടുകളിൽ നിന്നാണ് കേന്ദ്ര സർക്കാർ ആഭ്യന്തര കടം സമാഹരിച്ചത്. ഇത് തൊഴിലാളികൾക്കും ജനങ്ങൾക്കും നൽകാനുള്ള ഫണ്ടാണ്. ഈ കടത്തിന് പലിശ നൽകുമെന്നോ എപ്പോൾ തിരിച്ചു നൽകുമെന്നോ ഒന്നും വ്യക്തമല്ല.

2020 ജൂലായ് മാസം സബ്സിഡികൾ നോക്കാം

MAJOR SUBSIDIES
AS AT THE END OF JULY 2020

(Rs. in Crore)

| | | | Budget Estimates 2020-2021* | Actuals@ upto July 2020 | % of Actuals to Budget Estimates | |
|---|---|---|---|---|---|---|
| | | | Rs. | Rs. | Current | COPPY** |
| 1 | Food Subsidy | 115569.68 | 57047.53 | 108523.49 | 49% | (59)% |
| 2 | Nutrient Based Fertilizers Subsidy | 23504.00 | 9400.10 | 11183.02 | 40% | (42)% |
| 3 | Urea Subsidy | 47805.00 | 21728.86 | 21568.59 | 45% | (40)% |
| 4 | Petroleum | 40915.21 | 16461.08 | 28385.08 | 40% | (76)% |
| Total Major Subsidies | | 227793.89 | 104637.57 | 169660.18 | 46% | (56)% |

ഭക്ഷ്യ സബ്സിഡി വെട്ടിക്കുറച്ചത് 51476 കോടി. 2019 ജൂലായ് മാസത്തിൽ ഭക്ഷ്യ സബ്സിഡി 108523 കോടി. 2020 ജൂലായ് മാസത്തിൽ 57047 കോടി മാത്രം. വളം സബ്സിഡി 1783 കോടി കുറച്ചു. വളം വിൽപ്പനക്കാരുടെ സംഘടന പ്രസ്താവിച്ചത് കേന്ദ്രസർക്കാർ 50,000 കോടി അവർക്ക് നൽകാനുണ്ട് എന്നാണ് പെട്രോളിയം സബ്സിഡിയിൽ വന്ന കുറവ് 11924 കോടി. കൂടുതൽ തുക ചെലവഴിച്ചത് തൊഴിലുറപ്പ് പദ്ധതിക്ക് മാത്രം. Food Corporation of India യെ ശ്വാസം മുട്ടിച്ച് കൊല്ലാൻ തന്നെയാണ് സർക്കാർ നടപടികൾ തുടരുന്നത്. കോർപറേറ്റുകൾക്ക് വൻ നികുതിയിളവുകൾ. അതി സമ്പന്നരുടെ കടം എഴുതി തള്ളുന്നു. ബാങ്കുകളെല്ലാം വൻ പ്രതിസന്ധിയിൽ. സാമ്പത്തിക രംഗത്ത് ജനകീയ ഇടപെടൽ അനിവാര്യമാണ്. കാര്യങ്ങൾ കൃത്യമായി മനസ്സിലാക്കി ദിശാബോധത്തോടെ ആശയ പ്രചരണം നാം ഓരോരുത്തരും ഏറ്റെടുക്കണം. സർവ്വ നാശത്തിലേക്കാണ് കേന്ദ്ര സർക്കാർ നമ്മെ നയിക്കുന്നത്. ഈ ബോധം ഇന്ത്യൻ ജനതക്ക് കക്ഷി രാഷ്ട്രീയത്തിനധീതമായി ഉണ്ടാകേണ്ട സമയം അതിക്രമിച്ചിരിക്കുന്നു.

# ഗ്രാമീണജീവിതവും ഗ്രാമീണ ബാങ്കുകളും നവലിബറൽ കാലഘട്ടത്തിൽ

1951ൽ ഒന്നാം പഞ്ചവത്സര പദ്ധതി ആരംഭിക്കുന്നതിന് മുമ്പ് ഗ്രാമീണരുടെ ജീവിതം ഗൗരവത്തോടെ ശ്രദ്ധിക്കപ്പെട്ടില്ല. ദൈനംദിന കാര്യങ്ങൾ പരിമിതമായി പോലും നടത്താൻ നാടൻ പലിശക്കാരെയാണ് ഗ്രാമീണ ജനത ആശ്രയിച്ചിരുന്നത്. അവരുടെ കൊടിയ ചൂഷണത്തിനിരയായി ഗ്രാമീണ ജനത നാളുകൾ നീക്കി. റിസർവ്വ് ബാങ്ക് നിരവധി നടപടികളിലൂടെ സഹകരണ പ്രസ്ഥാനത്തെ ശക്തിപ്പെടുത്താൻ ശ്രമം തുടങ്ങി. പല സംസ്ഥാനങ്ങളിലും സഹകരണ മേഖല ഗ്രാമവാസികൾക്ക് ആശ്വാസമേകി. 1951 ജൂൺ മാസത്തിലെ കണക്കുകൾ പ്രകാരം ഗ്രാമീണരുടെ കടം 4 ശതമാനം മാത്രമാണ് ബാങ്കുകളിൽ നിന്നും സഹകരണ മേഖലയിൽ നിന്നും. ബാക്കി 96 ശതമാനം ഹുണ്ടികക്കാരിൽ നിന്നും ആയിരുന്നു. ആദ്യത്തെ All India Rural Credit Survey യാണ് ഗ്രാമീണ മേഖലയിൽ വായ്പാവിതരണത്തിന് സഹകരണമേഖലയും വാണിജ്യ ബാങ്കുകളും ക്രിയാത്മകമായി ഇടപെടണമെന്ന് വെളിപ്പെടുത്തിയത്. പിന്നീട് 1963ൽ Agriculture Refinance Corporation രൂപീകരിച്ചു. 1969ലും 1980ലും നടത്തിയ ബാങ്ക് ദേശസാൽക്കരണം, 1975ൽ പ്രാദേശിക ഗ്രാമീണ ബാങ്കുകളുടെ രൂപീകരണം, 1982ൽ നബാർഡിന്റെ (National Bank of Agriculture and Rural Development) രൂപീകരണം ഇവയെല്ലാം വ്യവസ്ഥാപിതമായ മാർഗ്ഗങ്ങളിലൂടെ ഗ്രാമീണ ജനവിഭാഗങ്ങളുടെ വായ്പ ആവശ്യങ്ങൾ നിറവേറ്റാൻ ഒരു പരിധി വരെ പ്രാപ്തമായി.

എന്നാൽ ഇന്ന് നാഴികമണി വീണ്ടും പിറകോട്ടാണ് തിരിയുന്നത്.

വട്ടിപ്പലിശക്കാരുടെ സ്വാധീനം ഗ്രാമീണ മേഖലയിൽ 1991ന് ശേഷം വർദ്ധിച്ചു വരുന്നതായി റിസർവ്വ് ബാങ്കിന്റെ പഠനം വ്യക്തമാക്കുന്നു. കർഷകരുടെ വായ്പ ആവശ്യങ്ങളെപ്പറ്റി പഠിക്കാൻ നിയുക്തമായ Task Force on Credit related Issue of Farmers (Govt.of India 2010) കമ്മിറ്റി 2010 ജൂൺ മാസത്തിൽ കൃഷി മന്ത്രാലയത്തിന് റിപ്പോർട്ട് സമർപ്പിച്ചു. കർഷകർ കൂടുതലായി കടം വാങ്ങുന്നത് നാടൻ പലിശക്കാരിൽ നിന്നും ആണെന്നും അവർ കൊള്ളപ്പലിശ ഈടാക്കുന്നതായും ഇത്തരം കർഷകർക്ക് സർക്കാരിന്റെ ഒരു ആനുകൂല്യവും ലഭ്യമല്ലെന്നും കമ്മിറ്റി റിപ്പോർട്ട് നൽകി. കാർഷിക വായ്പ എഴുതിത്തള്ളിയത് ബാങ്കുകളിലെ വായ്പകൾ മാത്രമാണ്.

ബാങ്കുകൾ ചെറുകിട വായ്പകൾ തീരെ നിർത്തലാക്കിയത് ഗ്രാമപ്രദേശങ്ങളിൽ പോലും മൈക്രോഫിനാൻസ് സ്ഥാപനങ്ങൾക്ക് വളമേകി. ഇവരും കടുത്ത ചൂഷണമാണ് തുടരുന്നത്. മൈക്രോഫിനാൻസിന്റെ ചൂഷണം വ്യാപകമായ പരാതികൾക്കും ആത്മഹത്യകൾക്കും ഇടവരുത്തിയത് പുതിയ നിയമനിർമ്മാണങ്ങൾ നടത്താൻ സർക്കാരിനെ പ്രേരിപ്പിച്ചു.

1991ലാണ് ഇന്ത്യയിൽ നവലിബറൽ പരിഷ്ക്കാരങ്ങൾ നടപ്പിലാക്കി തുടങ്ങിയത്. അതിനുശേഷം ഗ്രാമീണ മേഖലയിൽ നിന്നും നിരവധി ബാങ്കുശാഖകൾ അടച്ചുപൂട്ടി. ബാങ്കുകളുടെ ലക്ഷ്യം ലാഭം മാത്രമായി. സാമൂഹ്യ ബാങ്കിംഗിൽ നിന്നും പഴയ ക്ലാസ് ബാങ്കിംഗിലേക്ക് തിരിഞ്ഞു. സാമ്പത്തിക ഉൾ ചേർക്കൽ (Financial Inclusion) എന്നത് നവലിബറൽ കാലത്ത് ആളുകളെ പറ്റിക്കാനുള്ള ആഘോഷം മാത്രം. വിവിധ കാലഘട്ടങ്ങളിൽ ഗ്രാമീണർ ആരിൽ നിന്നും കടം വാങ്ങി എന്നത് താഴെ പട്ടികയിൽ ശ്രദ്ധിക്കുക.

**Table1: Break-up of Institutional and Non-Institutional Rural Credit**

(Percent)

| Sources of Credit | 1951 | 1951 | 1971 | 1981 | 1991 | 2002 |
|---|---|---|---|---|---|---|
| Institutional | 7.2 | 14.8 | 29.2 | 61.2 | 64.0 | 57.1 |
| Government | 3.3 | 5.3 | 6.7 | 4.0 | 5.7 | 2.3 |
| Co-op. Society/Bank etc. | 3.1 | 9.1 | 20.1 | 28.6 | 18.6 | 27.3 |
| Commercial banks | 0.8 | 0.4 | 2.2 | 28.0 | 29.0 | 24.5 |

| | | | | | | |
|---|---|---|---|---|---|---|
| Insurance, Provident Fund | - | - | 0.2 | 0.6 | 1.4 | 0.6 |
| Other Agencies | - | - | - | - | 9.3 | 2.4 |
| Non-Institutional | 92.8 | 85.2 | 70.8 | 38.8 | 36.0 | 42.9 |
| Moneylenders | 69.7 | 60.8 | 36.9 | 16.9 | 15.7 | 29.6 |
| Relatives and Friends etc | 14.2 | 6.9 | 13.8 | 9 | 6.7 | 7.1 |
| Traders and Commission Agents | 5.5 | 7.7 | 8.7 | 3.4 | 7.1 | 2.6 |
| Landlords | 1.5 | 0.9 | 8.6 | 4 | 4 | 1 |
| Others | 1.9 | 8.9 | 2.8 | 4.9 | 2.5 | 2.6 |
| **Total** | 100 | 100 | 100 | 100 | 100 | 100 |

*:includes financian corporation/institution, financial company and other institutional agencies.

Note: Percentage share of different credit agencies to the outstanding cash dues of the households as on 30th June.

--denotes not available.

Source: All India Rural Credit Survey (1954); All India Debt and Investment Survey, Various Issues.

സ്ഥാപനേതര വായ്പകൾ 1991ൽ 36 ശതമാനം ആയിരുന്നു. 2013 ആകുമ്പോൾ 44 ശതമാനമായി ഉയർന്നു. പുതിയ പരിഷ്ക്കാരങ്ങൾ മുഖ്യ അജണ്ടയിൽ നിന്നും ഗ്രാമങ്ങളെയും ഗ്രാമീണരെയും പുറത്താക്കി എന്ന് സാരം. കൃഷി ഉൾപ്പെടെ മർമ്മ പ്രധാന മേഖലകൾ കോർപ്പറേറ്റുകളുടെ കൈകളിൽ ഏൽപ്പിച്ചു. ഇനി അവർ കൃഷിയിറക്കട്ടെ, ലാഭം പെരുപ്പിക്കട്ടെ.

1971 നും 2002 നും ഇടയിൽ പ്രധാന സംസ്ഥാനങ്ങളിലെ ഗ്രാമീണരുടെ സ്ഥിതി താഴെ പട്ടികയിൽ

**Table 2: Share of Institutional and Non-Institutional Agencies in Outstanding Cash Debt of Major States in Rural Areas**

(Percent)

| **Major States** | **Institutional** | | | | **Non-Institutional** | | | |
|---|---|---|---|---|---|---|---|---|
| | 1971 (26th) | 1981 (37th) | 1991 (48th) | 2002 (59th) | 1971 (26th) | 1981 (37th) | 1991 (48th) | 2002 (59th) |
| Andhra Pradesh | 14 | 41 | 34 | 27 | 86 | 59 | 66 | 73 |
| Assam | 35 | 31 | 66 | 58 | 65 | 69 | 34 | 42 |

| Bihar | 11 | 47 | 73 | 37 | 89 | 53 | 27 | 63 |
|---|---|---|---|---|---|---|---|---|
| Gujarat | 47 | 70 | 75 | 67 | 53 | 30 | 25 | 33 |
| haryana | 26 | 76 | 73 | 50 | 74 | 24 | 27 | 50 |
| Himachal Pradesh | 24 | 75 | 62 | 74 | 76 | 25 | 38 | 26 |
| Jammu & Kashmir | 20 | 44 | 76 | 73 | 80 | 56 | 24 | 27 |
| Karnataka | 30 | 78 | 78 | 67 | 70 | 22 | 22 | 33 |
| Kerala | 44 | 79 | 92 | 81 | 56 | 21 | 8 | 19 |
| Madhya Pradesh | 32 | 66 | 73 | 59 | 68 | 34 | 27 | 41 |
| Maharashtra | 67 | 86 | 82 | 85 | 33 | 14 | 18 | 15 |
| Orissa | 30 | 81 | 80 | 74 | 70 | 19 | 20 | 26 |
| Punchab | 36 | 74 | 79 | 56 | 64 | 26 | 21 | 44 |
| Rajasthan | 9 | 41 | 40 | 34 | 91 | 59 | 60 | 66 |
| Tamil Nadu | 22 | 44 | 58 | 47 | 78 | 56 | 42 | 53 |
| Uttar Pradesh | 23 | 55 | 69 | 56 | 77 | 45 | 31 | 44 |
| West bengal | 31 | 66 | 82 | 68 | 69 | 34 | 18 | 32 |
| **All India** | **29** | **61** | **64** | **57** | **71** | **39** | **36** | **43** |

Source:All India Debt and Investment Survey, NSS 59th Round, Report No.501.

ഇന്ത്യയിൽ 6 ലക്ഷത്തിലധികം ഗ്രാമങ്ങൾ ഉണ്ട്. എല്ലാ ഗ്രാമങ്ങളിലും ബാങ്ക് ശാഖകൾ തുറക്കണം. ഗ്രാമവികസന പദ്ധതികൾ ബാങ്കുകളിലൂടെ നടപ്പിലാക്കണം. ഗ്രാമീണ ജനതയുടെ വരുമാനത്തിൽ യഥാർത്ഥ വർദ്ധനവ് ഉറപ്പുവരുത്താൻ പ്രാപ്തമായ വായ്പാ പദ്ധതികൾ നടപ്പിലാക്കണം. കാർഷിക മേഖല ഉൾപ്പെടെ ഗ്രാമീണ വികസനത്തിന് പൊതുനിക്ഷേപം വർദ്ധിപ്പിക്കണം. ഉൽപ്പാദനം വർദ്ധിപ്പിക്കാനും തൊഴിലവസരങ്ങൾ വർദ്ധിപ്പിക്കാനും സാധിച്ചാൽ യഥാർത്ഥ ഗ്രാമവികസനം സാധ്യമാകും. ഗ്രാമീണ ജനതയുടെ വായ്പാ ആവശ്യങ്ങൾ നിറവേറ്റാൻ ബാങ്കുകൾക്ക് സാധിക്കണം. ചെറിയ ചെറിയ വായ്പകൾ പ്രോത്സാഹിപ്പിക്കണം. കൊള്ളപ്പലിശക്കാരുടെ പിടിയിൽ നിന്നും പാവപ്പെട്ട ഗ്രാമീണരെ മോചിപ്പിക്കണം. മോഡി സർക്കാർ ഈ ദിശയിൽ ചിന്തിക്കുമോ.

നവലിബറൽ സാമ്പത്തിക നയങ്ങൾ നടപ്പിലാക്കുമ്പോൾ പൊതുമേഖലക്ക് സ്ഥാനമില്ല. എല്ലാ മേഖലകളും സ്വകാര്യവൽക്കരിക്കുകയും പരിധിയില്ലാതെ വിദേശനിക്ഷേപം സ്വീകരിക്കുകയും ചെയ്യുമ്പോൾ

അത് രാജ്യത്തിന്റെ സമ്പദ്ഘടനക്കും ജനജീവിതത്തിനും തികച്ചും ദോഷകരമാണെന്ന് തിരിച്ചറിഞ്ഞുകൊണ്ട് തന്നെയാണ് ഭരണാധികാരികൾ രാജ്യദ്രോഹ നയങ്ങൾ തുടരുന്നത്. ബാങ്ക്, ഇൻഷ്വറൻസ്, റെയിൽവെ, വിമാനത്താവളം, തുറമുഖം, പ്രതിരോധം തുടങ്ങി എല്ലാ മേഖലകളിലും പരിധിയില്ലാതെ വിദേശ നിക്ഷേപം അനുവദിച്ച് പൂർണ്ണമായ സ്വകാര്യവൽക്കരണം ലക്ഷ്യമിടുന്നു. ഇന്ത്യയിലും വിദേശത്തുമുള്ള കോർപ്പറേറ്റുകൾ ലാഭം പെരുപ്പിക്കട്ടെ.

ഗ്രാമപ്രദേശങ്ങളിൽ ബാങ്കിംഗ് സൗകര്യങ്ങൾ വ്യാപിപ്പിക്കാൻ വാണിജ്യബാങ്കുകളും സഹകരണ മേഖലയും അപര്യാപ്തമായതുകൊണ്ടാണ് 1975ൽ പ്രാദേശിക ഗ്രാമീണ ബാങ്കുകൾ (Regional Rural Banks) പ്രവർത്തനം ആരംഭിച്ചത്. കേന്ദ്രസർക്കാരും സ്പോൺസർ ബാങ്കും സംസ്ഥാന സർക്കാരും 50:35:15 അനുപാതത്തിൽ ഓഹരി എടുത്ത് പൂർണ്ണമായും സർക്കാർ ഉടമയിലാണ് ഗ്രാമീണ ബേങ്കുകൾ തുടങ്ങിയത്. 1975 ഒക്ടോബർ 2 ഗാന്ധിജയന്തി ദിനത്തിൽ ഇന്ത്യയിൽ ആദ്യത്തെ ഗ്രാമീണ ബാങ്ക് നിലവിൽ വന്നു. ഗ്രാമീണ ബാങ്കുകളുടെ പ്രവർത്തനം നാലര പതിറ്റാണ്ട് പൂർത്തിയായി. ഇക്കാലയളവിൽ ഇന്ത്യൻ ഗ്രാമങ്ങളിലെ ദരിദ്ര ജനവിഭാഗങ്ങളുടെ ജീവിതംഅൽപ്പമെങ്കിലും മെച്ചപ്പെടുത്താൻ ഈ ബാങ്കുകൾക്ക് കഴിഞ്ഞതായി അധികാരികൾ സമ്മതിക്കുന്നു. സർക്കാർ നിയോഗിച്ച നിരവധി കമ്മിറ്റികൾ ഈ ബാങ്കുകളുടെ പ്രവർത്തനത്തെ പ്രശംസിക്കുകയുണ്ടായി.

ഗ്രാമീണ ബാങ്കുകളുടെ പ്രവർത്തനവുമായി ബന്ധപ്പെട്ട കണക്കുകൾ താഴെ പട്ടികയിൽ. ഈ സ്ഥാപനങ്ങൾ കൈകാര്യം ചെയ്യുന്ന ബിസിനസ്, മറ്റ് കാര്യങ്ങൾ എല്ലാം പരിശോധിക്കുക.

**Table-1: Summary of Important Financial Indicators**

| S. No | Parameter | Financial Year (Amount in ₹ Crore) | | | | | YoY Growth (%) | | |
|---|---|---|---|---|---|---|---|---|---|
| | | 2015-16 | 2016-17 | 2017-18 | 2018-19 | 2019-20 | 2017-18 | 2018-19 | 2019-20 |
| Actual Number of RRBs at end of Financial Year | | 56 | 56 | 56 | 53 | 45 | | | |
| **Balance Sheet Parameters** | | | | | | | | | |
| 1 | Capital | 6,387 | 6,401 | 6,436 | 6,735 | 7,849 | 1 | 5 | 17 |
| 2 | Reserves | 20,665 | 23,080 | 25,185 | 25,398 | 26,817 | 9 | 1 | 6 |
| 3 | Deposits | 3,13,499 | 3,71,910 | 4,00,459 | 4,34,444 | 4,78,547 | 8 | 8 | 10 |
| 4 | Borrowings | 47,888 | 51,588 | 57,647 | 53,548 | 54,393 | 12 | -7 | 2 |
| 5 | Investments | 1,69,592 | 2,10,984 | 2,22,266 | 2,26,172 | 2,49,155 | 5 | 2 | 10 |
| 6 | Gross Loans O/S | 2,06,538 | 2,26,175 | 2,53,978 | 2,80,755 | 2,98,256 | 12 | 11 | 6 |
| 7 | Total Business | 5,20,037 | 5,98,085 | 6,54,437 | 7,15,199 | 7,76,803 | 9 | 9 | 9 |
| 8 | Total Assets/Liabilities | 4,00,872 | 4,66,048 | 5,04,962 | 5,37,989 | 5,92,978 | 8 | 7 | 10 |

പൂർണ്ണമായും പൊതു ഉടമയിൽ പ്രവർത്തിക്കുന്ന ഗ്രാമീണ ബാങ്കുകളെ കോർപ്പറേറ്റുകൾ നോട്ടമിടാൻ തുടങ്ങിയിട്ട് നാളുകൾ ഏറെയായി. ഗ്രാമീണ ബാങ്ക് സ്വകാര്യവൽക്കരണത്തിന് നിയമ ഭേദഗതിയുമായി ആദ്യം യു.പി.എ. സർക്കാർ മുന്നോട്ടുവന്നു. regional rural bank act amendment bill 2013 ഏപ്രിൽ 22ന് അന്നത്തെ ധനമന്ത്രി ചിദംബരം ലോകസഭയിൽ അവതരിപ്പിച്ചു. കൂടുതൽ ഭേദഗതികളോടെ മോഡി സർക്കാർ ലോകസഭയിൽ ബിൽ അവതരിപ്പിച്ച് പാസാക്കി. രാജ്യസഭയും പാസാക്കി ഭേദഗതി ബിൽ നിയമമായിക്കഴിഞ്ഞു.

ഗ്രാമീണ ബാങ്കുകളുടെ മൂലധനം 5 കോടിയിൽനിന്ന് 2000 കോടിയായി ഉയർത്താനാണ് ഭേദഗതി നിർദ്ദേശിക്കുന്നത്. ഗ്രാമീണ ബാങ്കുകളെ സംബന്ധിച്ചിടത്തോളം ഇത്രയും കൂടുതൽ മൂലധനം ആവശ്യമില്ല എന്നതാണ് വാസ്തവം. ആർ ആർ ബി ആക്ടിന്റെ സെക്ഷൻ 6 പ്രകാരം ഗ്രാമീണ ബാങ്കുകളുടെ ഓഹരി മൂലധനം കേന്ദ്രസർക്കാരും സ്പോൺസർ ബാങ്കും സംസ്ഥാന സർക്കാരും 50:35:15 അനുപാതത്തിലാണ്. നിയമഭേദഗതിയിലൂടെ സർക്കാർ ഓഹരി കുറക്കാനും അതിലൂടെ സ്വകാര്യവൽക്കരണവുമാണ് സർക്കാർ ലക്ഷ്യമിടുന്നത്. കേന്ദ്രസർക്കാരും സ്പോൺസർ ബാങ്കും കൂടി ഓഹരി 51 ശതമാനത്തിൽ നിർത്താനും സംസ്ഥാന സർക്കാരിനെ ക്രമേണ ചിത്രത്തിൽ നിന്നും ഒഴിവാക്കാനും ഭേദഗതി നിർദ്ദേശിക്കുന്നു.

ഗ്രാമീണരുടെ ജീവിതം മെച്ചപ്പെടുത്താനും തൊഴിലില്ലായ്മ പരിഹരിക്കാനും ഇന്ത്യയിൽ പ്രവർത്തിക്കുന്ന 43 പ്രാദേശിക ഗ്രാമീണ ബാങ്കുകളും സംയോജിപ്പിച്ച ദേശീയ ഗ്രാമീണ ബാങ്ക് (National Rural Bank of India) രൂപീകരിക്കണം. പല രാജ്യങ്ങളിലും ഗ്രാമവികസനം ഉറപ്പുവരുത്താൻ ദേശീയ ബാങ്കുകൾ പ്രവർത്തിക്കുന്നുണ്ട്. കർഷകർക്കും ഗ്രാമീണ കൈത്തൊഴിലുകാർക്കും ചുരുങ്ങിയ പലിശനിരക്കിൽ യഥേഷ്ടം വായ്പ ലഭ്യമാക്കാൻ ദേശീയ ബാങ്കിന് സാധിക്കും ഗ്രാമീണ സമ്പദ്ഘടന പച്ച പിടിക്കും. ഈ ലക്ഷ്യം നേടാൻ കർഷകർ ഉൾപ്പെടെ എല്ലാ ജനവിഭാഗങ്ങളും ഈ മുദ്രാവാക്യം ഉയർത്തണം. ഭരണാധികാരികളിൽ സമ്മർദ്ദം ചെലുത്തണം.

ഗ്രാമീണ ബാങ്കുകളുടെ സ്വകാര്യവൽക്കരണത്തിനെതിരെ ഈ മേഖലയിലെ ജീവനക്കാർ പ്രക്ഷോഭത്തിലാണ്. ജീവനക്കാരെ മാത്രം ബാധിക്കുന്ന നിസ്സാര പ്രശ്നമല്ല ഇത്. ഇന്ത്യൻ ഗ്രാമീണ സമ്പദ്ഘടന അട്ടിമറിക്കാനും വായ്പാസംവിധാനം കുത്തകകളുടെ കയ്യിൽ ഏൽപ്പിക്കാനും നാം അനുവദിക്കരുത്. ഇന്ത്യൻ ജനതക്ക്

അത്യാവശ്യം ജനകീയ ബാങ്കിംഗ് നയമാണ്. ആ ലക്ഷ്യം നേടാൻ ഇന്ത്യയിൽ പ്രവർത്തിക്കുന്ന മുഴുവൻ ബാങ്കുകളും പൊതു ഉടമയിൽ ആയിരിക്കണം. ഇതിനുവേണ്ടി ജീവനക്കാർ നടത്തുന്ന സമരത്തെ മുഴുവൻ ഇടപാടുകാരും നാട്ടുകാരും അകമഴിഞ്ഞ് സഹായിക്കണമെന്ന് വിനയപൂർവ്വം അഭ്യർത്ഥിക്കുന്നു. ഗ്രാമവികസനത്തിന് ഗ്രാമീണ ബേങ്കുകളെ ശക്തിപ്പെടുത്തുക. പൊതുമേഖലയിൽ നിലനിർത്തുക.

# പോരട്ടെ ഇനിയും പ്രഖ്യാപനങ്ങൾ

ഒരു കാര്യത്തിൽ ഇന്ത്യൻ ജനതക്ക് സന്തോഷിക്കാം. വൈറസ് കഴുത്ത് പിടിച്ച് ശ്വാസം കിട്ടാതിരിക്കുമ്പോഴും പ്രധാനമന്ത്രിയുടെ പ്രഖ്യാപനങ്ങൾ തുരുതുരാ വരികയാണ്. ധനമന്ത്രിയുടെ പ്രഖ്യാപനങ്ങൾ വേറെ. ജനങ്ങളെ ഇത്രയും തന്ത്രപരമായി കബളിപ്പിക്കാൻ ഒരു പക്ഷേ ഫാസിസ്റ്റുകൾക്ക് മാത്രമേ സാധിക്കൂ. അതിന് തെളിവാണ് ഈ മഹാമാരി ഘട്ടത്തിൽ തുടരുന്ന ഭ്രാന്തമായ സ്വകാര്യവൽക്കരണം. സർക്കാരിന്റെ ഓരോ പ്രഖ്യാപനങ്ങൾ കേൾക്കുമ്പോഴും ആഴത്തിൽ പോകാതെ ആർക്കും യാഥാർത്ഥ്യങ്ങൾ ബോധ്യപ്പെടില്ല. ജി ഡി പി യുടെ 10 ശതമാനം പ്രഖ്യാപിച്ച പദ്ധതികൾ തുറന്നു നോക്കിയപ്പോൾ ജനങ്ങൾക്ക് ഒരു ശതമാനം പോലും ലഭിക്കില്ല എന്ന് ബോധ്യപ്പെട്ടു. പ്രഖ്യാപനങ്ങൾ ഭൂരിഭാഗവും സർക്കാരിന് നേരിട്ട് ഒരു ബാധ്യതയും വരുത്തുന്നില്ല. കഴിഞ്ഞ ബജറ്റിൽ പ്രഖ്യാപിച്ച പദ്ധതികൾ ഒന്ന് മിനുക്കി വീണ്ടും പ്രഖ്യാപിക്കുമ്പോൾ ചെലവ് ഒന്നുമില്ല. അത് ബജറ്റിൽ പോയി. പഴയ പദ്ധതികൾ പേര് മാറ്റി.

2020 ആഗസ്റ്റ് 9. പുതിയ പ്രഖ്യാപനം. ഇന്ത്യയിലെ കർഷകർക്ക് ഒരു ലക്ഷം കോടി രൂപ. അഗ്രികൾച്ചർ ഇൻഫ്രാസ്ട്രക്ചർ ഫണ്ട്. കോൾഡ് സ്റ്റോറേജ്  വെയർഹൗസ് ഗോഡൗണുകൾ, ഇ മാർക്കറ്റിംഗ് ഇവയൊക്കെയാണ് പ്രഖ്യാപനത്തിലെ പദ്ധതികൾ. 2022 ഓടെ ഇന്ത്യയിലെ കർഷകരുടെ വരുമാനം ഇരട്ടിയാകും എന്ന പ്രഖ്യാപനം മോഡി ആവർത്തിച്ചു കൊണ്ടിരിക്കുന്നു. അതിന്റെ പേരിൽ പദ്ധതികൾ പലതും പ്രഖ്യാപിച്ചു. എന്നാൽ ഓരോ പ്രഖ്യാപനങ്ങൾ വരുമ്പോഴും കർഷകന്റെ വരുമാനം പൂജ്യത്തിലും താഴേക്ക്

നിലംപതിക്കുകയാണ്.

പുതിയ പ്രഖ്യാപനത്തോടൊപ്പം പറഞ്ഞ വാക്കുകൾ ശ്രദ്ധിക്കുക. Increase India's ability to compete in the global stage?

ആഗോളകാലത്തിൽ മത്സരത്തിന് തയ്യാറെടുക്കുക.

പദ്ധതി നടപ്പിലാക്കേണ്ടത് ബാങ്കുകൾ. സർക്കാരിന് ചെലവ് 3% പലിശ സബ്സിഡി മാത്രം. കർഷകരെ സഹായിക്കാൻ ധാരാളം പദ്ധതികൾ പ്രഖ്യാപിക്കുമ്പോൾ നിലവിൽ കർഷകർക്ക് ലഭ്യമാകുന്ന വായ്പകളെ സംബന്ധിച്ച് ഒരു അന്വേഷണം നടത്തുന്നത് നല്ലതായിരിക്കും. കർഷകന്റെ പേരിൽ മറ്റ് പലരും വായ്പ വാങ്ങുന്നു. നവലിബറൽ നയങ്ങൾ തുടരുമ്പോൾ മുൻഗണനാ വായ്പകളുടെ നിർവചനത്തിൽ വലിയ മാറ്റങ്ങളാണ് നടപ്പിലാക്കിയത്. ഒരു വീട് നിർമ്മിക്കാൻ കൊടുക്കുന്ന ഭവനവായ്പ മുൻഗണനാ വിഭാഗത്തിൽ പെടുന്നതുപോലെ ഫ്ളാറ്റുകളും വില്ലകളും നിർമ്മിച്ച് വിൽപന നടത്തുന്ന കമ്പനികൾക്ക് നൽകുന്ന വൻ വായ്പകളും മുൻഗണനാ വിഭാഗത്തിൽ പെടുന്നു. വൻ കുത്തകകൾക്ക് വലിയ വലിയ ഗോഡൗണുകൾ നിർമ്മിക്കാൻ നൽകുന്ന വായ്പയും കാർഷിക വായ്പയും മുൻഗണനയിൽ തന്നെ.

2020 മെയ് മാസത്തിൽ ബാങ്കുകൾ നൽകിയ ആകെ വായ്പയിൽ 13% മാത്രമാണ് കാർഷിക വായ്പ. 2014 ജൂൺ മാസത്തിലും സ്ഥിതി ഇത് തന്നെയായിരുന്നു. മോദി സർക്കാർ അധികാരത്തിൽ വന്ന ശേഷം കാർഷിക വായ്പയിൽ ഒരു വർധനവും വരുത്താൻ ശ്രമിച്ചില്ല. വായ്പ മാത്രമല്ല കേന്ദ്രസർക്കാർ കാർഷിക മേഖലക്ക് വേണ്ടി എത്ര പണം ചെലവഴിക്കുന്നു എന്നതും പരിശോധിക്കപ്പെടണം. ജി ഡി പി യുടെ 0.3% മാത്രമാണ് കേന്ദ്രസർക്കാർ കാർഷിക മേഖലക്ക് അനുവദിക്കുന്നത്. കർഷകരുടെ അതിശക്തമായ പ്രക്ഷോഭവും 2019 ലെ ലോകസഭാ തെരഞ്ഞെടുപ്പ് പരിഗണിച്ച് കാർഷിക മേഖലക്ക് അധികം വിഹിതം നൽകി. എന്നിട്ടും ജി ഡി പി യുടെ ഒരു ശതമാനം മാത്രം. ഇന്ത്യയിൽ ഭൂരിഭാഗം ജനങ്ങളും കൃഷിയെ ആശ്രയിച്ച് ജീവിക്കുന്നവരാണ്. എന്നിട്ടും അർഹിക്കുന്ന പരിഗണനയോ വിഹിതമോ അനുവദിക്കാൻ കേന്ദ്രസർക്കാർ ഇനിയും തയ്യാറല്ല.

ഓരോ വർഷവും ജി ഡി പി യുടെ എത്ര ശതമാനം കാർഷിക മേഖലക്ക് അനുവദിച്ചു എന്ന് താഴെ

| | |
|---|---|
| 2014-15 | 0.3% |
| 2015-16 | 0.3% |
| 2016-17 | 0.3% |

| | |
|---|---|
| 2017-18 | 0.3% |
| 2018-19 | 0.3% |
| 2019-20 | 0.8% |
| 2020-21 | 1% |

കഥ ഇവിടെ അവസാനിക്കുന്നില്ല. കേന്ദ്രസർക്കാരിന്റെ കാർഷിക മേഖലയിലെ ചെലവുകളിൽ കർഷകരുടെ എക്കൗണ്ടിലേക്ക് അയക്കുന്ന തുകയാണ് (Cash Transfer) പിന്നെ ഇൻഷൂറൻസ് പ്രീമിയം (ഫസൽ ഭീമാ യോജന). കൂടാതെ പലിശ സബ്സിഡിയും. ഈ ഇനങ്ങളിൽ മാത്രം ആകെ ചെലവിന്റെ 81% ചെലവാകും. കൊട്ടിഘോഷിച്ച മറ്റ് പദ്ധതികൾക്ക് ബാക്കി 19% മാത്രം. ഈ രീതിയിലാണ് കാർഷിക മേഖലയെ പുഷ്ടിപ്പെടുത്തുന്നതും കർഷകരുടെ വരുമാനം ഇരട്ടിയാകുന്നതും.

ഇപ്പോൾ പ്രഖ്യാപിച്ച അഗ്രികൾച്ചർ ഇൻഫ്രാസ്ടക്ചർ ഫണ്ടിന്റെ ഗുണഭോക്താക്കൾ ആരൊക്കെയെന്ന് ഇതിനകം ബോധ്യമായല്ലോ. പൊതുസ്വകാര്യ പങ്കാളിത്തം സംരംഭങ്ങൾ ലോകമാകെ പരാജയപ്പെടുമ്പോൾ ഇവിടെ പ്രോത്സാഹിപ്പിക്കുകയാണ്. അംബാനിമാർക്ക് തടിച്ചുകൊഴുക്കാൻ കർഷകരുടെ പേരിൽ ചുരുങ്ങിയ പലിശക്ക് വായ്പ. തിരിച്ചടക്കാതെ മുഴുവൻ പെട്ടിയിലിടാം. ആനന്ദലബ്ധിക്കിനിയെന്ത് വേണം. കർഷകർ കൂട്ടത്തോടെ ആത്മഹത്യ ചെയ്യട്ടെ. അംബാനിമാർ നീണാൾ വാഴട്ടെ.

# സാമ്പത്തിക രംഗത്ത് വർധിച്ചു വരുന്ന തട്ടിപ്പുകളും റിസർവ് ബാങ്ക് വാർഷിക റിപ്പോർട്ടും

2020 ജൂൺ 30 ന് അവസാനിച്ച വർഷത്തെ വാർഷിക റിപ്പോർട്ട് റിസർവ് ബാങ്ക് ഓഫ് ഇന്ത്യ പുറത്തിറക്കി. ഇന്ത്യൻ സമ്പദ്ഘടന ഏത് ദിശയിലാണ് ചലിക്കുന്നതെന്നും സമ്പദ്ഘടന ശക്തിപ്പെടുത്താൻ ഏതൊക്കെ മാർഗങ്ങൾ സ്വീകരിക്കണമെന്നും ഈ റിപ്പോർട്ട് വിശദീകരിക്കേണ്ടതാണ്. എന്നാൽ റിസർവ് ബാങ്കിനെ ഒരു കേന്ദ്ര ബാങ്ക് എന്ന നിലയിൽ പരിഗണിക്കാൻ പോലും മോദിസർക്കാർ തയ്യാറല്ല. ഒരു കറവപ്പശുവായി മാത്രമാണ് റിസർവ് ബാങ്ക് മോദി ഭരണത്തിൽ നിലനിൽക്കുന്നത്. റിസർവ് ബാങ്കിലെ കരുതൽ ധനം പ്രതിസന്ധി ഘട്ടങ്ങളിൽ മാത്രം ഉപയോഗിക്കേണ്ടതാണ്. മോദി സർക്കാർ കരുതൽ ധനം ദുരുപയോഗം ചെയ്യുകയാണ്. റിസർവ് ബാങ്കിൽ കരുതൽ ധനം ആവശ്യമില്ലെന്നാണ് ബി.ജെ.പി സർക്കാർ. സാമ്പത്തികരംഗത്തെ ഓരോ ചലനവും അതി സൂക്ഷ്മമായി നാം നിരീക്ഷിക്കണം. ചതിക്കുഴികൾ തിരിച്ചറിയണം. നേരിന്റെ പാതയിൽ ശരിയായ ആശയ പ്രചാരണം നാം ഏറ്റെടുക്കണം.

സാമ്പത്തിക രംഗത്ത് വ്യാപകമായും ബാങ്കിങ് രംഗത്ത് പ്രത്യേകിച്ചും തട്ടിപ്പുകൾ വർധിക്കുകയാണ്. ബാങ്കിങ് രംഗത്തെ തട്ടിപ്പുകളെക്കുറിച്ചു ഞെട്ടിക്കുന്ന വിവരങ്ങളാണ് ആർ.ബി.ഐ വാർഷിക റിപ്പോർട്ടിൽ. 2019-20 സാമ്പത്തിക വർഷത്തിൽ തട്ടിപ്പുകളുടെ എണ്ണത്തിലും വണ്ണത്തിലും വൻ വർധന. കഴിഞ്ഞ വർഷത്തേക്കാൾ എണ്ണത്തിൽ 28%വർധനവും സംഖ്യയിൽ 159% വർധനവും. തട്ടിപ്പുകൾ പല രീതിയിലാണ് അരങ്ങേറുന്നത്. ടെക്നോളജി പ്രയാണം

തുടരുമ്പോൾ ദുരുപയോഗം ചെയ്ത് എങ്ങനെ പണം തട്ടാം എന്ന ചിന്തയും ഉടലെടുക്കുന്നു. എന്നാൽ ബാങ്കിംഗ് രംഗത്ത് ടെക്നോളജി ഉപയോഗിച്ച് നടക്കുന്നതിനേക്കാൾ വായ്പാരംഗത്താണ് കൂടുതൽ തട്ടിപ്പുകൾ.

വ്യാജരേഖകൾ സമർപ്പിച്ച് വായ്പ വാങ്ങുന്നതും ആൾമാറാട്ടവും പെരുകി വരുന്നു. ഒരേ രേഖ വെച്ച് പല ബാങ്കുകളിൽ നിന്നും വായ്പ വാങ്ങി മുങ്ങുന്നവരും ഉണ്ട്. ബാങ്ക് ശാഖകളിലെ ജാഗ്രതക്കുറവും പരിഹരിക്കപ്പെടണം. തട്ടിപ്പുകൾ നിയന്ത്രിക്കാനും ഇല്ലാതാക്കാനും നിലവിലുള്ള സംവിധാനങ്ങൾ തികച്ചും അപര്യാപ്തമാണ്. അതു കൊണ്ടാണ് നാളുകൾ പിന്നിടുമ്പോൾ പുതിയ പുതിയ രീതികളിൽ തട്ടിപ്പുകൾ നടക്കുന്നത്. ബാങ്ക് മാനേജ്മെന്റുകളും റിസർവ് ബാങ്കും ധനമന്ത്രാലയവും ഈ വിഷയത്തിൽ പൂർണ്ണ പരാജയമാണ്.

കഴിഞ്ഞ രണ്ടു വർഷങ്ങളിൽ വിവിധ ബാങ്ക് ഗ്രൂപ്പുകളിൽ നടന്ന തട്ടിപ്പുകൾ താഴെ പട്ടികയിൽ.

REGULATION, SUPERVISION AND FINANCIAL STABILITY

Table 1: Fraud Cases – Bank Group-wise

(Amount in Rs.crore)

| Bank Group/Institution | 2018-19 | | 2019-20 | | April-June 2019 | | April-June 2020 | |
|---|---|---|---|---|---|---|---|---|
| | Number of Frauds | Amount Involved | Number of Frauds | Amount Involved | Number of Frauds | Amount Involved | Number of Frauds | Amount Involved |
| 1 | 2 | 3 | 4 | 5 | 6 | 7 | 8 | 9 |
| Public Sector Banks | 3,568 (52.5) | 63,283 (88.5) | 4,413 (50.7) | 1,48,400 (79.9) | 1,133 (56.0) | 31,894 (75.5) | 745 (47.8) | 19,958 (69.2) |
| Private Sector Banks | 2,286 (33.6) | 6,742 (9.4) | 3,066 (35.2) | 34,211 (18.4) | 601 (29.7) | 8,593 (20.3) | 664 (42.6) | 8,009 (27.8) |
| Foreign Banks | 762 (11.2) | 955 (1.3) | 1026 (11.8) | 972 (0.5) | 250 (12.4) | 429 (1.0) | 127 (8.2) | 328 (1.1) |
| Financial Institutions | 28 (0.4) | 553 (0.8) | 15 (0.2) | 2,048 (1.1) | 4 (0.2) | 1,311 (3.1) | 3 (0.2) | 546 (1.9) |
| Small Finance Banks | 115 (1.7) | 8 (0.0) | 147 (1.7) | 11 (0.0) | 25 (1.2) | 1 (0.0) | 16 (1.0) | 2 (0.0) |
| Payments Banks | 39 (0.6) | 2 (0.0) | 38 (0.4) | 2 (0.0) | 10 (0.5) | 0 (0.0) | 3 (0.2) | 0 (0.0) |
| Local Area Banks | 1 (0.0) | 0.02 (0.0) | 2 (0.0) | 0.43 (0.0) | 1 (0.0) | 0 (0.0) | 0 (0.0) | 0 (0.0) |
| Total | 6,799 (100.0) | 71,543 (100.0) | 8,707 (100.0) | 1,85,644 (100.0) | 2,024 (100.0) | 42,228 (100.0) | 1,558 (100.0) | 28,843 (100.0) |

Note: 1. Figures in parentheses represent shares in total (in per cent).

2. The figures reported by banks & FIs are subject to change based on revisions filed by them.

3. Amounts involved do not reflect the amount of loss incurred. Depending on recoveries, the loss incurred gets reduced. Furthermore, the entire amount involved is not necessarily diverted.

Source: RBI Supervisory Returns.

സെൻട്രൽ വിജിലൻസ് കമ്മീഷനുമായി ആലോചിച്ച് പൊതുമേഖലാ ബാങ്കുകളിൽ തുടരുന്ന തട്ടിപ്പുകൾ പരിഹരിക്കാൻ നിയമിച്ച Adivisory Board for banking Frauds ഫലപ്രദമായി പ്രവർത്തിക്കുന്നില്ല.

വായ്പാരംഗം ഉൾപ്പെടെ ഏതൊക്കെ മേഖലകളിൽ തട്ടിപ്പ് നടക്കുന്നു എന്ന വിശദമായ പട്ടിക താഴെ.

## ANNUAL REPORT

### Table 2 : Fraud Cases – Area of Operations

(Amount in Rs.crore)

| Area of Operation | 2018-19 | | 2019-20 | | April-June 2019 | | April-June 2020 | |
|---|---|---|---|---|---|---|---|---|
| | Number of Frauds | Amount Involved | Number of Frauds | Amount Involved | Number of Frauds | Amount Involved | Number of Frauds | Amount Involved |
| 1 | 2 | 3 | 4 | 5 | 6 | 7 | 8 | 9 |
| Advances | 3,604 | 64,548 | 4,610 | 1,82,051 | 1,157 | 40,373 | 787 | 28,545 |
| | (53.0) | (90.2) | (52.9) | (98.1) | (57.2) | (95.6) | (50.5) | (99.0) |
| Off-balance Sheet | 33 | 5538 | 34 | 2445 | 9 | 1,739 | 4 | 105 |
| | (0.5) | (7.7) | (0.4) | (1.3) | (0.5) | (4.1) | (0.3) | (0.4) |
| Forex Transactions | 13 | 695 | 8 | 54 | 0 | 0 | 1 | 0 |
| | (0.2) | (1.0) | (0.1) | (0.0) | (0.0) | (0.0) | (0.1) | (0.0) |
| Card/Internet | 1,866 | 71 | 2,678 | 195 | 555 | 29 | 530 | 27 |
| | (27.5) | (0.1) | (30.8) | (0.1) | (27.4) | (0.1) | (34.0) | (0.1) |
| Deposits | 593 | 148 | 530 | 616 | 127 | 66 | 115 | 107 |
| | (8.7) | (0.2) | (6.1) | (0.3) | (6.3) | (0.2) | (7.4) | (0.4) |
| Inter-Branch Accounts | 3 | 0 | 2 | 0 | 0 | 0 | 2 | 0 |
| | (0.0) | (0.0) | (0.0) | (0.0) | (0.0) | (0.0) | (0.1) | (0.0) |
| Cash | 274 | 56 | 371 | 63 | 75 | 4 | 52 | 15 |
| | (4.0) | (0.1) | (4.3) | (0.0) | (3.7) | (0.0) | (3.3) | (0.0) |
| Cheques/DDs, etc. | 189 | 34 | 202 | 39 | 47 | 5 | 27 | 32 |
| | (2.8) | (0.1) | (2.3) | (0.0) | (2.3) | (0.0) | (1.7) | (0.1) |
| Clearing Accounts, etc. | 24 | 209 | 22 | 7 | 11 | 6 | 0 | 0 |
| | (0.4) | (0.3) | (0.2) | (0.0) | (0.5) | (0.0) | (0.0) | (0.0) |
| Others | 200 | 244 | 250 | 174 | 43 | 6 | 40 | 12 |
| | (2.9) | (0.3) | (2.9) | (0.1) | (2.1) | (0.0) | (2.6) | (0.0) |
| Total | 6,799 | 71,543 | 8,707 | 1,85,644 | 2,024 | 42,228 | 1,558 | 28,843 |
| | (100.0) | (100.0) | (100.0) | (100.0) | (100.0) | (100.0) | (100.0) | (100.0) |

DDs: Demand drafts.

Note: 1. Figures in parentheses represent shares in total (in per cent).

2. The above data is in respect of frauds of `1 lakh and above reported during the period.

Source: RBI Supervisory Returns.

ബാങ്ക് ശാഖകളിലെ ചെക്കിങ് സംവിധാനം, വായ്പ അനുവദി ക്കുമ്പോൾ ശ്രദ്ധിക്കേണ്ട കാര്യങ്ങൾ, വലിയ വായ്പകൾ അനുവദി ക്കുമ്പോൾ അനുവർത്തിക്കേണ്ട അതിജാഗ്രത, ബാങ്ക് മാനേജ്മെന്റ് തലത്തിൽ ശ്രദ്ധിക്കേണ്ട കാര്യങ്ങൾ, റിസർവ് ബാങ്കും ധന മന്ത്രാ ലയവും ചെയ്യേണ്ട കാര്യങ്ങൾ എല്ലാം കാര്യക്ഷമമായി പ്രവർത്തി ക്കണം. ഓരോ തലത്തിലും പിഴവുകൾ പരിശോധിക്കപ്പെടണം. വൻ വായ്പകൾ നൽകാൻ ഭരണകൂട രാഷ്ട്രീയ നേതൃത്വങ്ങൾ അനധികൃത മായി ഇടപെടുന്നത് അവസാനിപ്പിക്കണം. ഭരണകൂട കോർപ്പറേറ്റ് ചങ്ങാത്തമാണ് ബാങ്കിംഗ് വ്യവസായത്തിൽ പ്രതിസന്ധികൾ സൃഷ്ടിക്കുന്നതും ബാങ്കുകളെ തകർക്കുന്നതും.

ബാങ്കിംഗ് രംഗത്തെ തട്ടിപ്പുകൾ നാം വിശദമായി പരിശോധി ക്കുമ്പോൾ ഒരു പൊതുമേഖലാ ബാങ്കിലെ കാര്യങ്ങൾ എങ്ങനെ യാണെന്ന് നോക്കാം. ബാങ്ക് ഓഫ് മഹാരാഷ്ട്ര 2020 മാർച്ചിൽ അവസാനിച്ച മൂന്ന് മാസങ്ങളിൽ തന്നെ ഭീകരമായ തട്ടിപ്പുകളാണ് അരങ്ങേറിയത്. ഓരോ ത്രൈമാസത്തിലും തട്ടിപ്പുകൾ സംബന്ധി ച്ച വിവരങ്ങൾ റിസർവ്വ് ബാങ്കിനെ അറിയിക്കണം. 156 അക്കൗ ണ്ടുകളിലായി 3409.58 കോടി രൂപയുടെ തട്ടിപ്പുകൾ മൂന്ന് മാസ കാലയളവിൽ നടന്നു. അതിൽ 153 അക്കൗണ്ടുകളും 3408.16 കോടി രൂപയും വായ്പയുമായി ബന്ധപ്പെട്ടതാണ്. അതിൽ തന്നെ 50 കോടി രൂപയ്ക്കു മുകളിലുള്ള 14 അക്കൗണ്ടുകൾ. ആകെത്തുകയുടെ 30% ഒരൊറ്റ അക്കൗണ്ടിൽ. ഭൂഷൺ സ്റ്റീൽ എന്ന കുത്തക കമ്പനിയുടെ അക്കൗ ണ്ടിൽ 1065.27 കോടിയുടെ തട്ടിപ്പ്.

ബാങ്ക് ഓഫ് മഹാരാഷ്ട്ര ഒരു ഉദാഹരണം മാത്രം. എല്ലാ പൊതുമേഖലാ ബാങ്കുകളിൽ സംഭവിക്കുന്നത് സമാനരീതിയിൽ തന്നെ. വിശദമായ അന്വേഷണവും പരിഹാരവും വളരെ പ്രധാന മായി നമ്മൾ കാണണം. ഈ അവസ്ഥ ഇനിയും തുടരാൻ ഇന്ത്യൻ ജനത അനുവദിക്കരുത്.

ബാങ്ക് ഓഫ് മഹാരാഷ്ട്രയിൽ 2019-20 സാമ്പത്തിക വർഷത്തിൽ ഒരു ലക്ഷം രൂപയ്ക്കു മുകളിൽ സംഖ്യ ഉൾപ്പെട്ട തട്ടിപ്പുകൾ താഴെ പട്ടികയിൽ.

| Particulars | Q4 FY2019 | | Q3 FY2020 | | Q4 FY2020 | | Cumulative up to March 2020 Q | |
|---|---|---|---|---|---|---|---|---|
| | No of Accounts | Amount (in Rs Cr) | No of Accounts | Amount (in Rs Cr) | No of Accounts | Amount (in Rs Cr) | No of Accounts | Amount (in Rs Cr) |
| Less than Rs1 lakh | 0 | 00 | 0 | 00 | 0 | 00 | 1 | 0.007 |
| From Rs1 lakh to Rs1 crore | 05 | 1.41 | 1 | 0.04 | 61 | 4.5 | 111 | 12.5 |
| From Rs1 crore & above | 9 | 409.7 | 15 | 743.4 | 6 | 181 | 45 | 3397.1 |
| Total | 14 | 411.1 | 16 | 743.5 | 67 | 185.4 | 157 | 3409.6 |

2018, 2019, 2020 വർഷങ്ങളിൽ ബാങ്ക് ഓഫ് മഹാരാഷ്ട്രയിൽ നടന്ന തട്ടിപ്പുകളും അതിൽ വായ്പയുമായി ബന്ധപ്പെട്ട കണക്കുകൾ താഴെ പട്ടികയിൽ

| FY | Frauds of Rs1 lakh & Above (A) | | Credit related frauds (B) out of (A) | | Percentage of B in A | |
|---|---|---|---|---|---|---|
| | Number of Cases | Amount (in Rs Cr) | Number of Cases | Amount (in Rs Cr) | Number of Cases | Amount |
| 2018 | 62 | 1091 | 52 | 1074 | 83.9% | 98.5% |
| 2019 | 93 | 1395 | 81 | 1392 | 87% | 99.7% |
| 2020 | 156 | 3409.6 | 153 | 3408.2 | 98% | 99.96% |

ഭവന വായ്പാരംഗത്ത് കഴിഞ്ഞ വർഷം 28 അക്കൗണ്ടുകളിലായി 13.9 കോടിയുടെ തട്ടിപ്പുകൾ. അതിൽ 11 എണ്ണം നടന്നത് അവസാന പാദത്തിൽ ഭവന വായ്പാരംഗത്ത് ജാഗ്രത കുറയുന്നു എന്നാണ് മനസ്സിലാകുന്നത്. പിഴവുകൾ ഏത് തട്ടിലായാലും പരിഹരിക്കപ്പെടണം. താഴെ പട്ടിക ശ്രദ്ധിക്കുക.

| Particulars | Q4 FY2019 | | Q3 FY2020 | | Q4 FY2020 | | Cumulative up to March 2020 Q | |
|---|---|---|---|---|---|---|---|---|
| | No of Accounts | Amount (in Rs Cr) | No of Accounts | Amount (in Rs Cr) | No of Accounts | Amount (in Rs Cr) | No of Accounts | Amount (in Rs Cr) |
| Frauds in housing loan | 0 | 00 | 2 | 4.7 | 11 | 4.65 | 28 | 13.9 |
| Fraud in other borrowal a/cs | 13 | 411 | 14 | 738.8 | 56 | 180.2 | 126 | 3394.3 |
| Total | 13 | 411 | 16 | 743.5 | 67 | 184.8 | 154 | 3408.2 |

ഒരു കോടി രൂപയ്ക്കു മുകളിൽ നടന്ന തട്ടിപ്പുകളുടെ വേറൊരു പട്ടികയും ബാങ്ക് ഓഫ് മഹാരാഷ്ട്ര രേഖകളിൽ ലഭ്യമാണ്.

| Accounts with amount of above Rs1 crore and above | | | | | |
|---|---|---|---|---|---|
| Sr No | Fraud Declared | Name | Branch | Zone | Amount (in Rs crore) |
| 1 | 11 Feb 2020 | Trimax IT Infrastructure & Services Ltd | SAMB | Mumbai | 93.4 |
| 2 | 23 May 2019 | Varia Engg Works | ARB | Ahmedabad | 47.9 |
| 3 | 15 Jan 2020 | Saurabh India Pvt Ltd | Sushant Lok | Delhi | 9.6 |
| 4 | 27 Jan 2020 | SV Enterprises | Sushant Lok | Delhi | 9.1 |
| 5 | 27 Jan 2020 | 50 MKCC Loans | Kudal | Satara | 1.6 |
| 6 | 20 Mar 2020 | Sunil Kotwal | Agrihitech | PCZ | 1.04 |
| | | | | Old Fraud Case Simmitronics India Pvt Ltd | 18.2 |
| | | | | Total | 180.90 |

ബാങ്കിംഗ് മേഖല കൂടുതൽ കാര്യക്ഷമമാക്കണം. ചെക്കിംഗ് സംവിധാനം താഴെ തലം തൊട്ട് ശക്തിപ്പെടുത്തണം. റിസർവ് ബാങ്കും ധനമന്ത്രാലയവും ഈ വിഷയത്തിൽ ഗൗരവമായി ഇടപെടണം. പൊതുപണം തട്ടിപ്പിലൂടെ നഷ്ടപ്പെടുന്ന പ്രവണത അവസാനിപ്പിക്കാൻ സാധിക്കണം. ശക്തവും കാര്യക്ഷമവും ആയ ബാങ്കിംഗ് സംവിധാനം ആണ് രാജ്യത്തിന് ആവശ്യം.

# അന്നത്തിന് അന്നം തന്നെ വേണം പഞ്ചാര വാക്ക് പോരാ

പടരുന്ന മഹാമാരി ദുരിതങ്ങളിൽ നിന്നും ജനങ്ങളെ കര കയറ്റാൻ ഭരണകൂടം പല പദ്ധതികളും പ്രഖ്യാപിച്ചു. പദ്ധതികൾ ഒന്നും ജനങ്ങൾ അനുഭവിക്കുന്ന ദുരിതങ്ങൾ അകറ്റാൻ പര്യാപ്തമായില്ല. 2020 ജൂൺ 30 ന് പ്രധാനമന്ത്രി നരേന്ദ്ര മോഡി ഭാരത ജനതയെ അഭി സംബോധന ചെയ്തു.അടച്ചുപൂട്ടൽ തുടങ്ങിയതിനു ശേഷം ആറാമത്തെ അഭിസംബോധന.പിറ്റേന്ന് മുതൽ അടച്ചുപൂട്ടലിൽ ഇളവുകൾ. ഈ കുറിപ്പ് തയാറാക്കുമ്പോൾ ലോകരാജ്യങ്ങളിൽ കോവിഡ് രോഗികളുടെ എന്നതിൽ ഇന്ത്യക്ക് മൂന്നാം സ്ഥാനം. രോഗികളുടെ എണ്ണം വർധിക്കുമ്പോഴും ജനങ്ങളോട് പറഞ്ഞത് സ്ഥിതി ഭദ്രമെന്ന്. അടുത്ത 5 മാസം സൗജന്യ ഭക്ഷ്യ ധാന്യങ്ങൾ വിതരണം ചെയ്യും. ഒരു രാജ്യം ഒരു റേഷൻ കാർഡ് പദ്ധതി നടപ്പിലാക്കും.ഇതാണ് ജൂൺ 30 അഭിസംബോദനയിലെ വാഗ്ദാനങ്ങൾ.

2020 മാർച്ച് 22. പ്രധാനമന്ത്രി ആഹ്വാനം ചെയ്ത ജനത കർഫ്യൂ. രണ്ടുദിവസം കഴിഞ്ഞു മാർച്ച് 24 ന് രാജ്യം അടച്ചുപൂട്ടുന്നതായി പ്രഖ്യാപിച്ചു. ഒരു മുന്നൊരുക്കവും നടത്താതെ ജനകോടികളെ ദുരിതങ്ങളിലേക്കു തള്ളിവിട്ടു. 2016 ലെ നോട്ട് നിരോധനം ഓർക്കുക. രാജ്യം അടച്ചുപൂട്ടുന്ന പ്രഖ്യാപനം വെറും 4 മണിക്കൂർ മുമ്പാണ് ജനങ്ങളെ അറിയിച്ചത്. ജനങ്ങളെ ഇത്ര കഠിനമായ ദുരിതങ്ങളിലേക്ക് തള്ളിവിടുക എന്നത് ഭരണാധികാരികൾ ആവർത്തിക്കുന്ന തെറ്റുകളിൽ ചിലവ മാത്രം. നമുക്ക് ജീവിതത്തിൽ തന്നെ ആദ്യ അനുഭവം. അടച്ചുപൂട്ടൽ ജീവിതത്തിൽ ഉണ്ടാക്കുന്ന വിഷമങ്ങൾ ഒരു മിനിറ്റ് ആലോചിക്കാൻ എങ്കിലും ഭരണാധികാരികൾ തയാറായില്ല.

മറ്റു രാജ്യങ്ങൾ നല്ല കാര്യങ്ങൾ നടപ്പിലാക്കുമ്പോൾ നാം അത്

ശ്രദ്ധിക്കാറില്ല.കൃത്യമായ മുൻകരുതൽ നടത്തിയാണ് രാജ്യങ്ങൾ അടച്ചുപൂട്ടൽ നടപ്പിലാക്കിയത്. രോഗികളുടെ എണ്ണം ക്രമാതീതമായി വർധിക്കുമ്പോൾ ഇളവുകൾ തുടരുകയാണ് ഇന്ത്യയിൽ. ജൂൺ 8ന് ഒന്നാം ഘട്ട ഇളവുകൾ തുടങ്ങുമ്പോൾ രോഗികളുടെ എണ്ണത്തിൽ ലോകരാജ്യങ്ങളിൽ ഇന്ത്യ നാലാം സ്ഥാനത്ത്. പിന്നീട് എണ്ണം വർദ്ധിച്ച് ഇന്ത്യ മൂന്നാം സ്ഥാനത്ത് എത്തി. 2020 മെയ് 12 കൊട്ടിഘോഷിച്ച സാമ്പത്തിക പാക്കേജ് -ആത്മനിർഭർ ഭാരത് അഭിയാൻ. 20 ലക്ഷം കോടി രൂപയുടെ സാമ്പത്തിക പാക്കേജ്. ജി ഡി പി യുടെ 10 %. ഉത്തേജന പാക്കേജ് എന്ന് വിശേഷിപ്പിച്ച പെട്ടി തുറന്നു നോക്കിയപ്പോഴാണ് കാര്യം പിടികിട്ടിയത്. ദുരിതം അനുഭവിക്കുന്ന ജനതക്ക് ഒരു ശതമാനം പോലും ലഭിക്കില്ല.

ഓഹരി വിപണിയുടെ പ്രധാന പ്രത്യേകത ജനതയുടെ ജീവിതവുമായി ഒരു ബന്ധവും ഇല്ല എന്നതാണ്. ഓഹരി കമ്പോളം കുതിച്ചു കയറുമ്പോഴും കോടിക്കണക്കിനു ജനങ്ങൾ പട്ടിണിയിൽ കഴിയുന്നു. പ്രധാനമന്ത്രി ആത്മ നിർഭർ പദ്ധതി പ്രഖ്യാപിച്ചപ്പോൾ ഓഹരി വിപണി കുതിക്കാൻ തുടങ്ങി. പാക്കേജിന്റെ വിശദാംശങ്ങൾ പുറത്തു വന്നതോടെ വിപണി കിതക്കാൻ തുടങ്ങി. താഴെ പട്ടിക ശ്രദ്ധിക്കുക

**Table 1: NIFTY Indices May 12 through 18**

| Date | Indices | Change% |
|---|---|---|
| May 12, 2020 | 9,196.55 | -0.46% |
| May 13, 2020 | 9,383.55 | 2.03% |
| May 14, 2020 | 9,142.75 | -2.57% |
| May 15, 2020 | 9,136.85 | -0.06% |
| May 18, 2020 | 8,823.25 | -3.43% |

Source: nseindia.com

2020 ജൂൺ 30 ന്റെ പ്രഖ്യാപനത്തിൽ പ്രധാനമന്ത്രി ഊന്നൽ നൽകിയത് അടുത്ത 5 മാസം അതായത് നവംബർ വരെ 80 കോടി ജനങ്ങൾക് സൗജന്യ ഭക്ഷ്യ ധാന്യങ്ങൾ ലഭ്യമാക്കും എന്നായിരുന്നു.

പ്രധാനമന്ത്രി ഗരീബ് കല്യാൺ അന്ന യോജന .സമ്പദ്ഘടനക്കും ജനങ്ങൾക്കും ശ്വാസം മുട്ടുന്നു.സമ്പദ്ഘടന എന്ന് നേരെയാകും എന്നോ അടച്ചുപൂട്ടലിൽ എത്ര നഷ്ടം വരുമെന്നോ ഒരു ധാരണയും നിലവിലില്ല.ഇത്തരം ഒരു സാഹചര്യത്തിൽ ജനങ്ങളെ പരമാവധി സഹായിക്കാൻ തയാറാകാതെ കണ്ണിൽ പൊടിയിടാൻ മാത്രം ചില പദ്ധതികൾ.സർക്കാർ പദ്ധതികൾ ആർക്കാണ് പ്രയോജനം എന്ന് നാം പരിശോധിക്കണം

ഫെബ്രുവരി,മാർച്ച്,ഏപ്രിൽ മാസങ്ങളിൽ റിസേർവ് ബാങ്ക് ചില നടപടികൾ നടപ്പിലാക്കി.വായ്പ തിരിച്ചടവിന് മോറട്ടോറിയം,പലിശനിരക്ക് കുറക്കൽ ,ചെറുകിട സംരംഭങ്ങൾക്കു ആനുകൂല്യങ്ങൾ .ഈ നടപടികളും സർക്കാർ പാക്കേജിന്റെ ഭാഗം .ബാങ്കുകൾക്കും വൻ കിടക്കാർക്കും മാത്രം പ്രയോജനം ലഭിക്കുന്ന നടപടികളും ജനങ്ങളുടെ കണക്കിൽ. താഴെ പട്ടിക ശ്രദ്ധിക്കുക

| Table 2: Atmanirbhar Package Breakup | |
|---|---|
| **Components** | **Amount (in Rs crore)** |
| Measures announced by RBI | 8,01,603 |
| March 27 Package – including PMGKY | 1,92,800 |
| **Total** | **9,94403** |
| **Post-May 12 Announcements** | |
| Day 1 | 5,94,550 |
| Day 2 | 3,10,000 |
| Day 3 | 1,50,000 |
| Days 4 and 5 | 48,100 |

| **Total** | **11,02,650** |
|---|---|
| **Total Package** | **20,97,053** |
| Extension of PMGKAY (via PM’s announcement on June 30) | 90,000 |

Source: Government Reforms and Enablers – Atmanirbhar Bharat/Prime Minister’s Televised Address on June 30

ജനങ്ങൾ കടുത്ത ദുരിതത്തിൽ.തൊഴിലില്ല.കൂലിയില്ല.റേഷൻ വാങ്ങാൻ പണമില്ല.അരി,ഗോതമ്പ് ,പയർ എല്ലാ ഇൻഡ്യക്കാർക്കും ലഭ്യമാക്കണം.കുടിയേറ്റ തൊഴിലാളികൾ അനുഭവിക്കുന്ന ദുരിതങ്ങൾ വീണ്ടും വിശദീകരിക്കുന്നില്ല.ഇവർ ജനങ്ങളെ വഞ്ചിക്കുകയാണ്.ജി ഡി പി യിൽ സംഭവിക്കാവുന്ന നഷ്ടം 18 -20 ലക്ഷം കോടി.ജനങ്ങൾക്കു നൽകിയത് വെറും2 കോടി.ഇവർ ഭരിക്കുന്നത് അംബാനിമാർക്കു വേണ്ടി.സെബിയുടെ നിയമത്തിൽ ഒരു വരി മാറ്റി എഴുതിയപ്പോൾ അംബാനിക്ക് കിട്ടിയത് 53000 കോടി രൂപ.ഇന്ത്യയിലെ മുഴുവൻ ജനങ്ങൾക്കും ദുരിതമകറ്റാൻ പിച്ച ചട്ടി .

അന്നത്തിന് അന്നം തന്നെ വേണം പഞ്ചാരവാക്കു പോരാ.

# ബാങ്ക് നിക്ഷേപങ്ങളുടെ പൂർണ്ണ സുരക്ഷിതത്വം ഉറപ്പുവരുത്തുക

തന്റെ പണം എവിടെ നിക്ഷേപിക്കണം എന്ന് തീരുമാനിക്കുമ്പോൾ പ്രധാന പരിഗണന നൽകേണ്ട വിഷയമാണ് നിക്ഷേപത്തിന്റെ സുരക്ഷിതത്വം. പൊതുമേഖലാ ബാങ്കുകൾ സുരക്ഷിതമാണ് എന്ന അടിസ്ഥാനത്തിൽ തന്നെയാണ് ഇന്ത്യയിലെ ജനങ്ങൾ കൂടുതലും ബാങ്കുകളിൽ തന്നെ പണം നിക്ഷേപിക്കുന്നത്. സുരക്ഷിതത്വവും പലിശയും നേടുന്നതോടൊപ്പം നാടിന്റെ വികസന പ്രക്രിയയിൽ ബാങ്ക് നിക്ഷേപം വഹിക്കുന്ന പങ്കും നമുക്ക് അഭിമാനം നേടിത്തരുന്നു. ബാങ്കുകൾക്ക് ഏതെങ്കിലും രീതിയിൽ പ്രതിസന്ധി നേരിട്ടാൽ നിക്ഷേപകർക്ക് നിക്ഷേപം തിരിച്ചു നൽകാൻ Deposit Insurance And Credit Guarantee Corporation (DICGC) നിലവിലുണ്ട്. ഇപ്പോൾ ഇന്ത്യയിലെ ബാങ്ക് നിക്ഷേപം 130 ലക്ഷം കോടി. നമ്മുടെ രാജ്യത്തു സാമ്പത്തിക ഫാസിസം തിമിർത്താടുമ്പോൾ ജനങ്ങളുടെ നിക്ഷേപം കോർപ്പറേറ്റ് ചൂതാട്ടത്തിനു വിട്ടുകൊടുക്കാൻ കേന്ദ്ര ഭരണകൂടം ധൃതി കൂട്ടുകയാണ്.

സാധാരണ ജനങ്ങൾക്കു ബാങ്കിംഗ് സേവനങ്ങൾ പ്രാപ്തമാക്കുക എന്ന മഹത്തായ ലക്ഷ്യത്തോടെയാണ് ഇന്ത്യയിൽ 1969 ലും 1980 ലും ബാങ്കുകൾ ദേശസാൽക്കരിച്ചത്. സ്വകാര്യ ബാങ്കുകളിലെ നിക്ഷേപങ്ങൾക്കും സംരക്ഷണം ലഭിക്കണം എന്ന തീരുമാനത്തിന്റെ അടിസ്ഥാനത്തിലാണ് 1961 ൽ ഡെപ്പോസിറ്റ് ഇൻഷ്യൂറൻസ് സംരക്ഷണ നിയമം പാസാക്കിയത്. 1962 ജനുവരി ഒന്നാം തീയതി DICGC നിലവിൽ വന്നു. തുടക്കത്തിൽ 1500 രൂപ വരെ ആയിരുന്നു ഇൻഷ്യൂറൻസ് സംരക്ഷണം. 1993 ൽ ഒരു ലക്ഷം രൂപയായി ഉയർത്തി. വിവിധ ഭാഗങ്ങളിൽ നിന്നും ഉയർന്ന വ്യാപക പ്രതിഷേധങ്ങൾക്കൊടുവിൽ

അടുത്ത നാളുകളിൽ പരിധി 5 ലക്ഷമായി ഉയർത്തി. മറ്റു രാജ്യങ്ങളുമായി താരതമ്യം ചെയ്യുമ്പോൾ ഈ തുകയും കുറവാണ്. അമേരിക്കയിൽ 2.5 ലക്ഷം ഡോളർ ആണ് നിലവിലെ പരിധി.

2016 നവംബർ 8ന്റെ നോട്ട് നിരോധനം മോഡി ഭരണകാലത്തു നടപ്പിലാക്കിയ സാമ്പത്തിക ഫാസിസത്തിന്റെ പ്രധാന ചവിട്ടുപടിയാണ്. അതിനുശേഷം നടപ്പിലാക്കിയ ചരക്കുസേവന നികുതി ദൂരവ്യാപകമായ പ്രത്യാഘാതങ്ങൾ സൃഷ്ടിച്ചു. ഇന്ത്യയിലെ ജനങ്ങളുടെ ബാങ്ക് നിക്ഷേപം കൊള്ളയടിക്കാൻ FRDI ബില്ലിന് രൂപം നൽകി. ഒരു മന:സ്സാക്ഷിയുമില്ലാതെയാണ് മാരക നിയമങ്ങൾ രാജ്യത്ത് നടപ്പിലാക്കാൻ ശ്രമിക്കുന്നത്. ഒരു മനുഷ്യനെയോ ഇന്ത്യൻ ജനതയെ ആകെയോ ഈ നിയമങ്ങൾ എങ്ങനെ ബാധിക്കും എന്ന് അൽപം പോലും ആലോചിക്കാതെയാണ് നിയമങ്ങൾ നിർമ്മിക്കുന്നത്. ഭരണാധികാരികളുടെ മനസ്സിലും ഹൃദയത്തിലും കോർപ്പറേറ്റ് പാദസേവ മാത്രം. ഏതു വിധേനയും അവരുടെ പെട്ടികൾ നിറയ്ക്കണം. പൊതുപണം അങ്ങോട്ട് ഒഴുക്കണം. നവലിബറൽ നയങ്ങളുടെ പ്രധാന പ്രത്യേകത സഹായം ആവശ്യമുള്ളവരെ സഹായിക്കാതെ അവരുടെ തലയിൽ കനത്ത ഭാരം കയറ്റി വെക്കുകയും ഒരു സഹായവും ആവശ്യമില്ലാത്തവരെ അകമഴിഞ്ഞു സഹായിക്കുക എന്നതാണ്. ഇടതു പാർട്ടികളും ബെഫി ഉൾപ്പെടെ തൊഴിലാളി സംഘടനകളും പ്രതിഷേധം ശക്തമാക്കിയപ്പോൾ FRDI ബില്ല് പിൻവലിക്കാൻ സർക്കാർ നിർബന്ധിതമായി.

FRDI ബില്ല് പിൻവലിച്ചത് യഥാർത്ഥത്തിൽ ഒരു ഒളിച്ചുകളി ആയിരുന്നു. ഫാസിസ്റ്റുകൾ അടങ്ങിയിരിക്കില്ല. കൊള്ള തുടരാൻ അവർ പുതിയ മാർഗ്ഗങ്ങൾ തേടും. പുതിയ പേരിൽ പുതിയ രൂപത്തിൽ രൗദ്ര ഭാവത്തോടെ പുതിയ ബിൽ അണിയറയിൽ തയ്യാർ. Financial Sector Development & Regulation (Resolution) bill. ഏതു സമയവും ബില്ല് പ്രതീക്ഷിക്കാം.

FRDIബില്ലിനേക്കാൾ മാരകനിയമങ്ങൾ ഉൾപ്പെടുത്തിയതാണ് പുതിയ ബില്ല്. പഴയ ബില്ലിൽ ഇല്ലാതിരുന്ന സഹകരണ മേഖലയും റീജിയണൽ റൂറൽ ബാങ്കുകളും പുതിയ ബില്ലിൽ ഉൾപ്പെടുത്തിയത് നാം ഗൗരവമായി കാണണം. മാരക നിയമങ്ങൾക്കെതിരെ മുഴുവൻ ഇന്ത്യക്കാരും ശബ്ദമുയർത്തുക. പ്രതിഷേധിക്കുക.

2008 ൽ സംഭവിച്ച ആഗോള സാമ്പത്തിക പ്രതിസന്ധി ഓർക്കുക. വർഷങ്ങൾ പിന്നിട്ടപ്പോഴും പ്രതിസന്ധി ഉയർത്തിയ ആഘാതങ്ങളിൽ നിന്നും ലോക സമ്പദ്ഘടന കര കയറില്ല. പ്രതിസന്ധിയിൽ വൻകിട ബാങ്കുകളും ധനകാര്യ സ്ഥാപനങ്ങളും തകർന്നു. തകർന്ന

സ്ഥാപനങ്ങൾക്ക് ജീവൻ നിലനിർത്താൻ സർക്കാർ ധാരാളം പണം നൽകി. Bail out പദ്ധതിയിലൂടെയാണ് പണം നൽകിയത്.

പണം ലഭ്യമായതോടെ തകർന്ന സ്ഥാപനങ്ങൾക്ക് ജീവൻ വെച്ചു. സാധാരണ ജനങ്ങളുടെ ക്ഷേമം ഉറപ്പു വരുത്താനുള്ള പണമാണ് സർക്കാർ ഈ സ്ഥാപനങ്ങൾക്ക് നൽകിയത്. എന്നാൽ FRDI ബില്ലായാലും FSDR ബില്ലായാലും Bail out പദ്ധതിക്കു പകരം Bail in പദ്ധതിയാണ് നിർദ്ദേശിക്കുന്നത്. അതായത് ഒരു ധനകാര്യ സ്ഥാപനത്തിന് പ്രതിസന്ധി നേരിട്ടാൽ സർക്കാർ സഹായം ലഭിക്കില്ല. പ്രതിസന്ധി പരിഹരിക്കാൻ സ്ഥാപനങ്ങൾ തങ്ങളുടെ പക്കൽ ഉള്ള പണം ഉപയോഗിക്കണം. ബാങ്കുകൾക്ക് പ്രതിസന്ധി നേരിട്ടാൽ പരിഹരിക്കാൻ ജനങ്ങളുടെ നിക്ഷേപം ഉപയോഗിക്കണം എന്ന് അർത്ഥം.

Bail in പദ്ധതി നടപ്പിലാക്കിയ രാജ്യങ്ങളിൽ നിന്നും പാഠം പഠിക്കാൻ കേന്ദ്രം ഭരിക്കുന്നവർ തയ്യാറാകണം. FRDI ബിൽ പാസ്സായി നിയമമാകുമ്പോൾ നിങ്ങൾ നിക്ഷേപിച്ച പണം പിൻവലിക്കാൻ ബാങ്കിൽ ചെല്ലുമ്പോൾ കിട്ടാവുന്ന മറുപടികൾ.

1. താങ്കളുടെ നിക്ഷേപം അംബാനിയുടെ/ അദാനിയുടെ കിട്ടാക്കടത്തിൽ വരവ് വെച്ചിട്ടുണ്ട്. അവർ വായ്പ തിരിച്ചടക്കുമ്പോൾ നിങ്ങളുടെ നിക്ഷേപം പിൻവലിക്കാം.
2. കാലാവധി എത്തിയ താങ്കളുടെ നിക്ഷേപം 10/5 വർഷത്തേക്ക് പുതുക്കിയിട്ടു. അതിനു ശേഷം മാത്രമേ പിൻവലിക്കാൻ സാധിക്കൂ.
3. താങ്കളുടെ നിക്ഷേപം ബാങ്കിന്റെ ഓഹരിയാക്കി മാറ്റി. നിങ്ങൾ ഇപ്പോൾ ബാങ്കിന്റെ ഓഹരി ഉടമയാണ്.

മേൽ സൂചിപ്പിച്ച മറുപടികൾ അല്ല പണത്തിനു പണം തന്നെ ലഭിക്കണം. എങ്കിലേ നമ്മുടെ ആവശ്യങ്ങൾ നടത്താൻ സാധിക്കൂ. ആവശ്യത്തിന് തിരിച്ചുകിട്ടും എന്ന വിശ്വാസത്തിലാണ് ബാങ്കുകളിൽ പണം നിക്ഷേപിക്കുന്നത്. പണം തിരിച്ചു കിട്ടിയില്ലെങ്കിൽ എന്തൊക്കെ സംഭവിക്കും എന്ന് നമുക്ക് ഊഹിക്കാൻ പോലും സാധിക്കില്ല. കുടുംബങ്ങൾ തകരും. സമൂഹം വലിയ പ്രതിസന്ധിയിലാകും. ഈ അവസ്ഥയിലേക്ക് നയിക്കുന്ന നിയമ നിർമ്മാണങ്ങളെ തടയാൻ നമുക്ക് സാധിക്കണം. നമ്മുടെ ജീവിതം തകർക്കുന്ന ഭരണാധികാരികളെ വിചാരണ ചെയ്യാൻ ഒട്ടും വൈകരുത്.

സമ്പദ്ഘടന സംരക്ഷിക്കാൻ<br>
സമ്പാദ്യം സംരക്ഷിക്കാൻ<br>
ജീവിതം മെച്ചപ്പെടുത്താൻ<br>
പോരാട്ടം ശക്തിപ്പെടുത്തുക

# കിഡ്നി വിൽപനക്ക്

രാവിലെ പത്രം വായന ശീലമാണ്. ചില ദിവസങ്ങളിൽ ഒരു നേരമ്പോ ക്കിന് മുഴുവൻ പരസ്യങ്ങളും ശ്രദ്ധിക്കാറുണ്ട്. അങ്ങനെ ഒരു ദിവസം പത്രത്തിൽ വന്ന ഒരു ചെറിയ പരസ്യം എന്നെ വല്ലാതെ തട്ടി ഉണർത്തി. കിഡ്നി വിൽക്കാനുണ്ട് എന്ന തായിരുന്നു പരസ്യം. മുംബൈയിലെ ഒരു ഡോക്ടർ തന്റെ കിഡ്നി വിൽക്കാനുണ്ട് എന്ന് പരസ്യം ചെയ്തിരിക്കുന്നു. എന്തായിരിക്കും കാരണം. പണത്തിന് ബുദ്ധിമുട്ട് ഉണ്ടാകാൻ സാധ്യതയില്ല. ആലോ ചിക്കുന്തോറും മനസ് വല്ലാതെ അസ്വസ്ഥമാകുന്നു.

പരസ്യത്തിലെ മൊബൈൽ നമ്പറിൽ വിളിക്കാൻ തന്നെ തീരു മാനിച്ചു. യഥാർത്ഥ കാരണം അറിയാനുള്ള ആകാംക്ഷ എന്റെ ഉള്ളിൽ കൂടിക്കൂടി വന്നു. പല പ്രാവശ്യം ശ്രമിച്ചെങ്കിലും ഒടുവിൽ ഡോക്ടറെ ലൈനിൽ കിട്ടി. പരസ്പരം പരിചയപ്പെട്ടു. അദ്ദേഹത്തിന് പഞ്ചാബ് & മഹാരാഷ്ട്ര കോ-ഓപ്പറേറ്റീവ് ബാങ്കിൽ (പി.എം.സി ബാങ്ക്) ഒന്നരക്കോടി രൂപയുടെ നിക്ഷേപം ഉണ്ട്. റിസേർവ് ബാങ്ക് ഓഫ് ഇന്ത്യ നിയന്ത്രണങ്ങൾ ഏർപ്പെടുത്തിയതുകൊണ്ട് ബാങ്കിൽ നിന്നും പണം പിൻവലിക്കാൻ സാധിക്കുന്നില്ല. ഏകമകൾ ശസ്ത്രക്രി യക്കായി ആശുപത്രിയിൽ. 15 ലക്ഷം രൂപ ഉടനെ ആവശ്യമാണ്. ബാങ്കിന്റെ പ്രശ്നങ്ങൾ എന്ന് തീരും എന്ന് ആർക്കും അറിയില്ല. അതുകൊണ്ട് ഞാൻ എന്റെ കിഡ്നി വിറ്റെങ്കിലും മകളെ രക്ഷിക്കാ നുള്ള പരിശ്രമത്തിലാണ്.

ഒരു മനുഷ്യൻ തന്റെ അധ്വാനത്തിൽ നിന്നും മിച്ചം വന്ന പണം ബാങ്കിൽ നിക്ഷേപിക്കുന്നു. ആവശ്യം വരുമ്പോൾ പിൻവലിക്കാം എന്ന ധാരണയോടെ നാം നിക്ഷേപിച്ച പണം ആവശ്യമുള്ള സമയത്ത് കിട്ടാതായാൽ എന്തു സംഭവിക്കും. ഇതിന് ഉത്തരം നാം കണ്ടെത്തണം. ഈ ദുരവസ്ഥക്ക് ആരാണ് ഉത്തരവാദി. നിങ്ങൾ ഒരു നിമിഷം ആലോചിച്ചു നോക്കൂ. ഒന്നരക്കോടി രൂപ ബാങ്ക്

നിക്ഷേപമുള്ള അച്ഛൻ പണം പിൻവലിക്കാൻ സാധിക്കാതെ മകളുടെ ജീവൻ രക്ഷിക്കാൻ കിഡ്നി വിൽക്കാൻ ഒരുങ്ങുന്നു. വർത്തമാന ഇന്ത്യയുടെ നേർചിത്രമാണ്.

1984 ൽ ഗുരു ചരൺസിംഗ് കൊച്ചാർ നേതൃത്വം നൽകി ബോംബെ ആസ്ഥാനമായി രൂപീകരിച്ച പി.എം.സി ബാങ്ക് ഇന്ത്യയിലെ ഏറ്റവും വലിയ 10 സഹകരണ ബാങ്കുകളിൽ ഒന്നാണ്. 137 ശാഖകൾ. മഹാരാഷ്ട്ര, ഗോവ, കർണാടകം, ഗുജറാത്ത്, ആന്ധ്രപ്രദേശ്, മധ്യപ്രദേശ് തുടങ്ങിയ സംസ്ഥാനങ്ങളിൽ പ്രവർത്തിക്കുന്നു. 31/03/2019 പി.എം.സി ബാങ്കിൽ 11637.34 കോടി നിക്ഷേപവും 8383.33 കോടി വായ്പയും ഉണ്ടായിരുന്നു. വായ്പയിൽ 73% നൽകിയത് housing development and infrastructure ltd (HDIL) എന്ന കമ്പനിക്ക്. കമ്പനി വായ്പ അടച്ചില്ല. ബാങ്ക് പ്രതിസന്ധിയിൽ. റിസർവ് ബാങ്ക് മൊറട്ടോറിയം പ്രഖ്യാപിച്ചു. വഴിവിട്ട് നൽകിയ വായ്പകൾ. നിക്ഷേപകർ കടുത്ത ദുരിതങ്ങൾ നേരിട്ടു. നിക്ഷേപം എപ്പോൾ പിൻവലിക്കാം എന്ന് ഒരു വർഷം കഴിഞ്ഞിട്ടും വ്യക്തമായ ഉത്തരം അധികാരികൾ നൽകുന്നില്ല.

24-09-2019 പി എം സി ബാങ്കിലെ നിക്ഷേപകർ ഞെട്ടലോടെയാണ് ആ വാർത്ത കേട്ടത്. ബാങ്കിംഗ് റഗുലേഷൻ നിയമത്തിലെ സെക്ഷൻ 35 എ അനുസരിച്ച് ആർ ബി ഐ പി എം സി ബാങ്കിന് നിയന്ത്രണങ്ങൾ ഏർപ്പെടുത്തി. ആറ് മാസത്തേക്കായിരുന്നു നിയന്ത്രണങ്ങൾ. പിന്നെയും നീട്ടി 2020 ഡിസംബർ വരെ. പുതിയ നിക്ഷേപം സ്വീകരിക്കരുത്. പുതിയ വായ്പകൾ ഇല്ല. നിലവിലെ വായ്പകൾ പുന:ക്രമീകരണം പോലും അനുവദനീയമല്ല. നിക്ഷേപകർക്ക് 1000 രൂപ പിൻവലിക്കാം. നിക്ഷേപകർ സംഘടിച്ചു. നിവേദനങ്ങൾ, പ്രതിഷേധങ്ങൾ തുടർന്നു. ഒടുവിൽ പിൻവലിക്കാവുന്ന തുക ഒരു ലക്ഷം. ചികിത്സയ്ക്ക് പണമില്ലാതെ നിക്ഷേപകർ മരിച്ചു. ആത്മഹത്യ ചെയ്തവർ നിരവധി. കിഡ്നി വിറ്റും മകളെ രക്ഷിക്കാൻ പോരാടുന്ന ഡോക്ടർ.

രാജ്യത്ത് നടപ്പിലാക്കുന്ന ജനവിരുദ്ധ ബാങ്കിംഗ് നയങ്ങളാണ് ഈ അവസ്ഥയ്ക്ക് പ്രധാന കാരണം. കുത്തകകൾക്ക് വഴിവിട്ട് നൽകുന്ന വായ്പകൾ നിക്ഷേപകരുടെ ജീവൻ കവരുന്ന അവസ്ഥ ഇന്ത്യയിൽ സംജാതമായി. ഈ കാടൻ നയങ്ങൾ തുടരണോ എന്ന് ഇന്ത്യൻ ജനത തീരുമാനിക്കണം. പി എം സി ബാങ്ക് നിക്ഷേപകരുടെ അവസ്ഥ നാളെ ഇന്ത്യയിലെ മുഴുവൻ ബാങ്ക് നിക്ഷേപകരുടെയും അവസ്ഥ ആയിരിക്കും എന്ന് തിരിച്ചറിയുക. നയം മാറ്റത്തിന് പോരാട്ടം ശക്തിപ്പെടുത്തുക.

# നിക്ഷേപകരുടെ നെഞ്ചത്ത് കയറി നൃത്തം ചവിട്ടുന്നവർ

നമുക്ക് ചുറ്റും നടക്കുന്ന സംഭവങ്ങൾ കൃത്യമായി വിലയിരുത്തി ശരിയുടെ കൂടെ നിൽക്കുക എന്നത് ഏതൊരു വ്യക്തിയുടെയും പ്രാഥമിക ധർമ്മം. നവലിബറൽ വർത്തമാനത്തിൽ നിങ്ങൾ എന്ത് ചിന്തിക്കണം എന്നതിൽ നിന്നും നിങ്ങളെ അകറ്റുകയും നിങ്ങൾ അറിയണം എന്ന് ഒരിക്കലും ആഗ്രഹിക്കാത്ത കാര്യങ്ങൾ എപ്പോഴും നിങ്ങളുടെ മുമ്പിൽ വിളമ്പുന്ന മാധ്യമപ്പട. യാഥാർഥ്യങ്ങൾ മറച്ചുവെക്കാൻ ഒരുക്കുന്ന കെണികൾ. അ യഥാർത്ഥമായ, അസത്യങ്ങൾ നിറയുന്ന ഒരു ബോധതലത്തിൽ നമ്മെ തളച്ചിടുകയാണ്. നിങ്ങൾ സത്യം അറിയാൻ ശ്രമിക്കുമ്പോൾ നിങ്ങളെ തടയുന്നതിൽ ഭരണകൂടം വിജയിക്കുന്നു. ഈ ആപത്തിൽ നിന്നും രക്ഷപ്പെടാൻ നമുക്ക് സാധിക്കണം.

പത്തു, നൂറ്, ആയിരം, പതിനായിരം, ലക്ഷം, കോടി അങ്ങിനെ തുക വർധിക്കുമ്പോൾ ഉൾകൊള്ളാൻ നമുക്ക് സാധിക്കണം. നമുക്കുചുറ്റും ലക്ഷം കോടികളുടെ തട്ടിപ്പുകൾ ധാരാളം അരങ്ങേറുന്നു. നാം അധ്വാനിച്ചു മിച്ചം വന്നു നിക്ഷേപിച്ച പണം തിരിച്ചുകിട്ടാത്ത അവസ്ഥ ഇന്ന് നാട്ടുനടപ്പായി മാറുകയാണ്. നമ്മുടെ പണം നഷ്ടപ്പെടുമ്പോൾ നമ്മൾ ചാനൽ വിളമ്പുന്ന കള്ളക്കഥകളും പരസ്യങ്ങളും കണ്ട് മയങ്ങുകയാണ്. മയക്കം വിട്ടുണരുക. ചുറ്റും നടക്കുന്ന കാര്യങ്ങൾ അറിയുക. മറ്റുള്ളവരെ യാഥാർഥ്യങ്ങൾ ബോധ്യപ്പെടുത്തുക. രാജ്യത്തെ രക്ഷിക്കാൻ നമ്മെ രക്ഷിക്കാൻ സംഘം ചേരുക.

ഒന്നരക്കോടി രൂപ ബാങ്ക് നിക്ഷേപമുള്ള ഒരു അച്ഛൻ മകളുടെ ശസ്ത്രക്രിയക്ക് പണം ബാങ്കിൽനിന്നും പിൻവലിക്കാൻ സാധിക്കാതെ തന്റെ കിഡ്നി വിൽക്കാൻ തയാറായി. അതെ ഇന്ത്യയിൽ തന്നെ

മുംബൈ പട്ടണത്തിൽ. ഇന്ത്യയെ വൻ സാമ്പത്തികശക്തിയാക്കി മാറ്റാൻ അഹോരാത്രം പാടുപെടുന്ന മോദിയും സംഘികളും അറിയണം ഈ യാഥാർഥ്യങ്ങൾ. വികലമായ നയങ്ങൾ പ്രതിസന്ധിയിലാക്കിയ പഞ്ചാബ് & മഹാരാഷ്ട്ര സഹകരണ ബാങ്കിലെ നിക്ഷേപകർ അനുഭവിക്കുന്ന യാതനകൾ നാം അറിയണം. കഴിഞ്ഞ ഒരു വർഷം എഴുപതിലേറെ നിക്ഷേപകരുടെ ജീവൻ നഷ്ടപ്പെട്ടു. പണം പിൻവലിക്കാൻ സാധിക്കാതെ ജീവിതം താളം തെറ്റി. അവരുടെ യാതനകൾ ദിനംതോറും ഏറിവരുന്നു. ഈ കൊടും ക്രൂരത അനുഭവിക്കാൻ മാത്രം എന്ത് തെറ്റാണു ഇവർ ചെയ്തതെന്ന് അധികാരികൾ വ്യക്തമാക്കണം.

സഹാറ ഗ്രൂപ്പിന്റെ നാല് സഹകരണ സംഘങ്ങൾ നടത്തിയ വഞ്ചനയുടെ വിശദ വിവരങ്ങളാണ് ഇവിടെ വിശദീകരിക്കുന്നത്. രാജ്യത്തു അരങ്ങേറുന്നത് വൻതട്ടിപ്പുകൾ. നഷ്ടപ്പെടുന്നത് സാധാരണ ജനങ്ങളുടെ അധ്വാന ഫലം. തട്ടിപ്പുകൾ നടക്കുന്നത് ഭരണകൂട ഒത്താശയോടെ. കൂട്ടിനു അവരുടെ രാഷ്ട്രീയ നേതൃത്വവും. നടക്കുന്ന തട്ടിപ്പുകളിൽ പുറത്തുവന്നത് ചെറിയ ഒരു അംശം മാത്രം. വലിയ വലിയ തട്ടിപ്പുകഥകൾ കേൾക്കാൻ തയാറായിരിക്കുക.

## 1. സഹാറ ക്രെഡിറ്റ് കോഓപ്പറേറ്റീവ് സൊസൈറ്റി ലിമിറ്റഡ് (സഹാറ ക്രെഡിറ്റ്)

ലഖ്നോവിൽ രജിസ്റ്റർ ചെയ്ത സംഘം. നിക്ഷേപകർ നാലുകോടി. നിക്ഷേപം 47245 കോടിരൂപ. ഈ പണം Aamby valley ltd എന്ന കമ്പനിയിൽ നിക്ഷേപിച്ചു. സഹാറ ക്രെഡിറ്റ് 22 സംസ്ഥാനങ്ങളിൽ പ്രവർത്തിക്കുന്നു. ഇന്ന് നിക്ഷേപം തിരിച്ചുകിട്ടാത്ത നിക്ഷേപകർ ദുരിതത്തിൽ. പരാതികൾ അധികാരസ്ഥാനങ്ങളിലേക്കു പ്രവഹിക്കുന്നു.

## 2. saharayn universal multipurpose coop society ltd (saharayn universal)

2014 ൽ ഭോപ്പാലിൽ രജിസ്റ്റർ ചെയ്ത സംഘം. 17 സംസ്ഥാനങ്ങളിൽ പ്രവർത്തിക്കുന്നു. 3. 71 കോടി നിക്ഷേപകർ. നിക്ഷേപം 18000 കോടിരൂപ. നിക്ഷേപത്തിൽ 17945 കോടിരൂപയും Aamby valley ltd കമ്പനിയിൽ.

നിക്ഷേപകർ അങ്കലാപ്പിൽ പരാതികൾ പ്രവഹിക്കുന്നു.

### 3. Humara india credit coop society ltd (Humara India)

കൽക്കട്ടയിൽ രജിസ്റ്റർ ചെയ്ത സംഘം. 15 സംസ്ഥാനങ്ങളിലും കേന്ദ്ര ഭരണ പ്രദേശങ്ങളിലും പ്രവർത്തിക്കുന്നു. 1. 8 കോടി നിക്ഷേപകർ. നിക്ഷേപം 12958 കോടി രൂപ. അതിൽ 10255 കോടി Aamby valley ltd കമ്പനിയിൽ. . നിക്ഷേപം പിൻവലിക്കാൻ സാധിയ്ക്കാതെ നിക്ഷേപകർ.

### 4. stars multipurpose cooperative society (Stars)

ഹൈദരാബാദിൽ രജിസ്റ്റർ ചെയ്തു. 14 സംസ്ഥാനങ്ങളിലായി 2018 ശാഖകൾ. 37 ലക്ഷം നിക്ഷേപകർ. നിക്ഷേപം 8470 കോടിരൂപ. അതിൽ 6273 കോടിരൂപ Aamby valley ltd കമ്പനിയിൽ.

സഹാറ ഗ്രൂപ്പിന്റെ 4 കമ്പനികൾ. ചെയർമാൻ സുബ്രത റോയ് സഹാറ തിഹാർ ജയിലിൽ. ഇന്ത്യയിലെ കോടിക്കണക്കിനു നിക്ഷേപകരിൽ നിന്നും വാങ്ങിയ ആകെ നിക്ഷേപം 1, 10000 കോടിരൂപ. തിരിച്ചുനൽകാതെ നിക്ഷേപകരെ ദുരിതക്കയങ്ങളിൽ തള്ളിയിട്ടു. സഹകരണ സംഘങ്ങളുടെ കേന്ദ്ര രജിസ്ട്രാർ കിട്ടിയ പതിനായിരക്കണക്കിന് പരാതികൾ കോർപ്പറേറ്റ് അഫയർസ് മന്ത്രാലയത്തിന് കൈമാറി. കൂടെ വിശദമായ ഒരു കത്തും.

സെബി, റിസേർവ് ബാങ്ക്, ധന മന്ത്രാലയം ആരും ഗൗരവമായി ഇടപെടുന്നില്ല. കണ്ണീരു കുടിക്കുന്ന കോടിക്കണക്കിനു നിക്ഷേപകർ. അന്വേഷണത്തിൽ aambi വാലി കമ്പനിയും സഹാറയുടേത് തന്നെ. ജനങ്ങളോട് നഷ്ടത്തിന്റെ പേരുകൾ പറഞ്ഞു രക്ഷെപ്പെടാൻ ശ്രമിക്കുന്ന സാമ്പത്തിക കുറ്റവാളികൾ. അവർക്കു തണലേകാൻ മോഡിഭരണം. മോദിസർക്കാർ നവലിബറൽ നയങ്ങൾ അതിവേഗതയിൽ നടപ്പിലാക്കുമ്പോൾ ജനങ്ങളുടെ സമ്പാദ്യം പോലും നഷ്ടപ്പെടുന്നു. അതും കോടിക്കണക്കിനു ആളുകളുടെ സമ്പാദ്യം.

ഇത്രയും രൂക്ഷമായ വിഷയത്തിൽ അധികാരികൾ പാലിക്കുന്ന മൗനം ശ്രദ്ധിക്കുക. പാർലിമെന്റിൽ ചോദ്യവും ഉത്തരവും വേണ്ടെന്നു അവർ പറയുന്നു. കൊറോണക്കാലം അവർക്കു പല സൗകര്യങ്ങൾ സമ്മാനിക്കുന്നു. ഒപ്പം ജനങ്ങൾക്കു താങ്ങാനാകാത്ത ദുരിതങ്ങളും. സഹാറ ഗ്രൂപ്പ് പല രാജ്യങ്ങളിലും നിക്ഷേപം നടത്തി. അതിലൂടെ പല നേട്ടങ്ങളും കരസ്ഥമാക്കി. നികുതി വെട്ടിപ്പ് ഉൾപ്പെടെ നടത്താൻ പാകത്തിനാണ് സർക്കാർ നടപ്പിലാക്കുന്ന നികുതി നയങ്ങൾ. അവർ ജീവിക്കുന്നത് രാജാക്കന്മാരെപ്പോലെ, ചക്രവർത്തിമാരെപ്പോലെ. അവർ നമ്മുടെ നെഞ്ചത്ത് കയറി നൃത്തം ചവിട്ടുന്നു. നമ്മുടെ ചോര

ഊറ്റിക്കുടിക്കുന്നു.

aambi valley ltd നിരവധി സബ്സിഡിയറികൾ രൂപീകരിച്ചാണ് നിക്ഷേപം വഴിതിരിച്ചുവിട്ടത്. 2010 ന ശേഷം നടത്തിയ ഇടപാടുകൾ പ്രത്യകമായി അന്വേഷിക്കണം. ബ്രിട്ടൻ, മൊറീഷ്യസ് തുടങ്ങിയ രാജ്യങ്ങളിൽ നടത്തിയ വിവിധ ഇടപാടുകൾ. ബ്രിട്ടനിലെ ഗ്രോസ്വേണോർ ഹോട്ടൽ, ന്യൂയോർക്കിലെ പ്ലാസ ഹോട്ടൽ വാങ്ങിയതായി രേഖകൾ. പിന്നീട് വില്പന നടത്തി. പക്ഷെ പണം എവിടെ. ഇന്ത്യയിലേക്ക് തിരിച്ചുവന്നില്ല.

ബ്രിട്ടനിലെ സബ്സിഡിയറി aambi valley UK limited. കിട്ടിയ രേഖകൾ പ്രകാരം ഇന്ത്യൻ കമ്പനി 327 മില്യൺ ഡോളർ നൽകാനുണ്ട്. ദുരൂഹതകൾ വർധിക്കുകയാണ്. ഹോട്ടൽ വാങ്ങിയതും വില്പന നടത്തിയതും ഒരേ ആളുകളാണെന്ന തിരിച്ചറിയുമ്പോൾ തട്ടിപ്പിന്റെ യഥാർത്ഥ രൂപം നമുക്ക് ബോധ്യപ്പെടുകയാണ്.

സഹാറ ഗ്രൂപ്പുകളിൽ 12 ലക്ഷം തൊഴിലാളികൾ ഉണ്ടെന്ന അവകാശപ്പെടുന്നു. 2014 മുതൽ തൊഴിലാളികളുടെ പ്രോവിഡന്റ് ഉണ്ട്, ഇ എസ് ഐ വിഹിതം അടച്ചിട്ടില്ല. തൊഴിൽ നിയമ ഭേദഗതികൾ ഉടമകൾക്കു അനുകൂലം.

നിക്ഷേപകരും തൊഴിലാളികളും കൊടിയ ദുരിതങ്ങളിൽ കഴിയുമ്പോൾ സുബ്രത റോയ് സഹാറയുടെ മക്കൾ നിത്യേന ചാർട്ടേർഡ് വിമാനങ്ങളിൽ പറക്കുന്നു. നമ്മുടെ പണം ഉപയോഗിച്ച്, നമ്മുടെ ചെലവിൽ.

ഇന്ത്യൻ ജനത വഞ്ചിക്കപ്പെടുന്നു .കൊള്ളയടിക്കപ്പെടുന്നു . നമുക്ക് ചുറ്റും കെണികളാണ്. നവലിബറൽ കെണികൾ. കെണിയിൽപ്പെടാതെ അതീവ ജാഗ്രതയോടെ ഇടപെടുക.

സഹാറ ഗ്രൂപ്പിൽ നിക്ഷേപിച്ച മുഴുവൻ നിക്ഷേപകർക്കും പലിശ സഹിതം പണം തിരിച്ചുകിട്ടണം. തൊഴിലാളികളുടെ ആനുകൂല്യങ്ങൾ ഉറപ്പുവരുത്തണം. ഇത്തരം തട്ടിപ്പുകൾ ആവർത്തിക്കാതിരിക്കാൻ കരുതൽ നടപടികൾ ഭരണാധികാരികൾ തികഞ്ഞ ആത്മാർത്ഥതയോടെ നടപ്പിലാക്കണം.

എല്ലാത്തിനും വഴിയൊരുക്കുന്നത് രാജ്യത്തു നടപ്പിലാക്കുന്ന തലതിരിഞ്ഞ നയങ്ങൾ. ജനകീയ നയങ്ങൾക്കുവേണ്ടി പൊരുതുക.

കൂടുതൽ അറിയാൻ

moneylife, newsclick വെബ്സൈറ്റുകൾ സന്ദർശിക്കുക.

# മോഡി പാല് കറക്കും
# ട്രമ്പ് കുടിക്കും

2020 ഫെബ്രുവരി 24. അമേരിക്കൻ പ്രസിഡന്റ് ട്രമ്പ് രണ്ടു ദിവസത്തെ സന്ദർശനത്തിന് ഇന്ത്യയിൽ. ഇന്ത്യയും അമേരിക്കയും ഒപ്പിടാൻ പോകുന്ന സ്വതന്ത്ര വ്യാപാര കരാറിന്റെ ഭാഗമാണ് ട്രംപിന്റെ ഇന്ത്യ സന്ദർശനം. വ്യാപാര കരാറിന്റെ ഒന്നാം ഘട്ടം ഈ സന്ദർശനത്തോടെ പൂർത്തിയാകും. ബാക്കി കാര്യങ്ങൾ വലിയ കാലതാമസമില്ലാതെ പൂർത്തിയാക്കാനും തമ്മിൽ ധാരണ. ഈ വ്യാപാരകരാർ കോടിക്കണക്കിനു ഇന്ത്യക്കാരുടെ ജീവിതം താളം തെറ്റിക്കും. കർഷകരും തൊഴിലാളികളും ചെറുകിട കച്ചവടക്കാരും ഈ കരാറിന്റെ ദുരിതങ്ങൾ അനുഭവിക്കും. കരാർ വ്യവസ്ഥകൾ പൊതു ജനങ്ങളെ അറിയിക്കാൻ ഭരണാധികാരികൾ തയാറല്ല. ഇന്ത്യൻ പാർലിമെന്റ് ഒരു നോക്കുകുത്തി ആയതുകൊണ്ട് ഇത്തരം നിസാര കാര്യങ്ങൾ അവിടെയും അറിയിക്കേണ്ടെന്നു വെച്ചു.

പ്രധാനമായും ഇന്ത്യയിലെ കാർഷിക മേഖല തകർത്തു അതിലൂടെ വൻ നേട്ടം കൊയ്യാനാണ് അമേരിക്ക ഈ കരാറിന് രൂപം നൽകിയത്. തന്റെ മുൻഗാമികൾ ഒപ്പിട്ട കരാറുകൾ അമേരിക്കൻ താല്പര്യത്തിന് എതിരാണെന്നും എല്ലാ കരാറുകളും പുനഃപരിശോധിക്കുമെന്നും തിരഞ്ഞെടുപ്പ് വേളയിൽ ട്രമ്പ് ആവർത്തിച്ചിരുന്നു. അധികാരത്തിലെത്തിയ ശേഷം ഒരുവേള wto യിൽ നിന്നും അമേരിക്ക പിന്മാറും എന്ന ഭീഷണിയും മുഴക്കി. ജപ്പാൻ, സൗത്ത് കൊറിയ തുടങ്ങിയ രാജ്യങ്ങളുമായി ഉണ്ടാക്കിയ കരാറുകൾ മാറ്റി എഴുതി.

അമേരിക്കയിലെ കൃഷി നിയന്ത്രിക്കുന്നത് വൻ കിട കോർപറേറ്റുകളാണ്. കയറ്റുമതി അടിസ്ഥാനമാക്കിയ കൃഷിയാണ് അവർ

പ്രോത്സാഹിപ്പിക്കുന്നത്. ഭക്ഷണത്തേക്കാൾ പ്രധാനം കയറ്റുമതിയിലൂടെ ലാഭം നേടുക എന്നതാണ് കോർപ്പറേറ്റ് ലക്ഷ്യം. അമേരിക്കൻ ഉൽപന്നങ്ങൾ ഇന്ത്യയിൽ അനായാസം വിറ്റഴിക്കാൻ വഴിയൊരുക്കാനാണ് കരാർ. ഈ പദ്ധതി വിജയകരമായി നടപ്പിലാക്കുകയാണ് ട്രംപിന്റെ സന്ദർശനം കൊണ്ട് സാധ്യമാകുന്നത്. ഇന്ത്യയുടെ വാതിലുകൾ അമേരിക്കൻ ഉത്പന്നങ്ങൾ വിറ്റഴിക്കാൻ തുറന്നിടണം. ജനസംഖ്യയിൽ രണ്ടാം സ്ഥാനത്തുള്ള ഇന്ത്യ അമേരിക്കയെ സംബന്ധിച്ചിടത്തോളം വൻ സാദ്ധ്യതകൾ തുറന്നുകിട്ടുകയാണ്. അവരെ സംബന്ധിച്ചിടത്തോളം ആനന്ദ ലബ്ദി ക്കിനിയെന്തുവേണം.

പാലും പാലുൽപ്പന്നങ്ങളും ഇന്ത്യയിലേക്ക് കയറ്റി അയക്കാൻ വർഷങ്ങളായി അമേരിക്ക പരിശ്രമിക്കുകയാണ്. 2018 ഡിസംബർ മാസത്തിൽ മോഡി സർക്കാർ അനുമതി നൽകി. അമേരിക്ക പാലിക്കണം എന്ന് മോദിസർക്കാർ വെച്ച നിർദേശം ഇതാണ്

It was only in December 2018 that India allowed dairy imports to enter from the US with strict mandatory certification specifying that the products are not derived from livestock reared with feed containing 'blood meal, internal organs, or ruminant tissues' as this would be unacceptable for the majority of Indians due to their cultural and religious sensitivities

അലഞ്ഞു തിരിയുന്ന, മാംസാഹാരികളായ പശുക്കളുടെ ഉത്പന്നങ്ങൾ അല്ല എന്ന സർട്ടിഫിക്കറ്റ് മതി.

അല്ലെങ്കിൽ അശുദ്ധമാകുമല്ലോ സംഘികൾക്ക്. ആരെ ബോധ്യപ്പെടുത്താനാ ഈ കപട നാടകങ്ങൾ. ഫലത്തിൽ ഇന്ത്യയെ അമേരിക്കൻ വ്യവസായികളുടെ കോർപ്പറേറ്റ് ഭീമന്മാരുടെ പാദങ്ങളിൽ സമർപ്പിക്കുക മാത്രമേ മോദിസർക്കാർ ചെയ്യുള്ളൂ. അവർ രാജ്യസ്നേഹികൾ. അവരെ നിങ്ങൾ ബഹുമാനിക്കുക. ഇങ്ങിനെയൊക്കെയല്ലേ രാജ്യസ്നേഹം പ്രകടിപ്പിക്കേണ്ടത്.

ഇന്ത്യയിൽ 150 ദശലക്ഷം ക്ഷീര കർഷകരുണ്ട്. ഏറെയും 10 -15 സെൻറ് മാത്രം ഭൂമി സ്വന്തമായുള്ളവർ. രണ്ടോ മൂന്നോ പശുക്കളോ എരുമകളോ. നമ്മുടെ ഗ്രാമീണ സമ്പദ്ഘടനയിൽ പാലുത്പാദനം വലിയ പങ്കു വഹിക്കുന്നു.

അടുത്ത വീടുകളിൽ, ഹോട്ടലുകളിൽ, സഹകരണ സൊസൈറ്റികളിൽ, അടുത്ത പട്ടണത്തിൽ പാൽ വില്പന നടത്തുന്നു.

അമേരിക്കയിലെ കന്നുകാലി വളർത്തൽ വൻ ഡയറി ഫാമുകളാണ് നടത്തുന്നത്. 30000 പശുക്കളെ വളർത്തുന്ന വൻ

ഡയറി ഫാമുകൾ അമേരിക്കയിൽ ഉണ്ട്. അമേരിക്കയിൽ ഉല്പാദിപ്പിക്കുന്ന പാലിൽ 35 % പാൽ ഉത്പാദനം 2000 ലധികം പശുക്കൾ ഉള്ള ഫാമുകളിൽ നിന്നാണ്. 45 % പാൽ ഉല്പാദിപ്പിക്കുന്ന ഫാമുകളിൽ പശുക്കളുടെ എണ്ണം ആയിരത്തിൽ താഴെ. അമേരിക്കൻ ഭരണകൂടം ഈ ഫാമുകൾക്ക് സബ്സിഡി നൽകിവരുന്നു. പാലും പാലുൽപ്പന്നങ്ങളും വൻ തോതിൽ ഇന്ത്യയിൽ ചെലവഴിക്കാനാണ് വാതിലുകൾ തുറന്നിടാൻ കരാർ ഒപ്പിടുന്നത്. ഇന്ത്യയിലെ ക്ഷീരകർഷകരുടെ വരുമാനം നിലക്കും. അവരുടെ ജീവിതം താളം തെറ്റും. കടക്കെണിയും പട്ടിണിയും ഇന്ത്യയിലെ ക്ഷീര കർഷകരെ കുടുംബത്തോടെ ആത്മ ഹത്യയിലേക്കു നയിക്കുന്ന കരാറിനാണ് മോദിയും ട്രംപും രൂപം നൽകിയത്. മോദിയുടെ കർഷകപ്രേമം. വരുമാനം ഇരട്ടിയാക്കും എന്നാണല്ലോ സംഘികൾ പാടിനടക്കുന്നതു. എന്നാൽ നിങ്ങളെ കുടുംബത്തോടെ കൊന്നൊടുക്കാമെന്നാണ് ഈ കരാർ ക്ഷീര കർഷകർക്ക് നൽകുന്ന സന്ദേശം.

കോഴിയിറച്ചി ഇന്ത്യയിലേക്ക് കയറ്റുമതി ചെയ്യാൻ അമേരിക്ക കഴിഞ്ഞ രണ്ടു പതിറ്റാണ്ടായി ശ്രമം തുടരുകയാണ്. 100 % താരിഫ് ബാധകമാക്കിയതായിരുന്നു അമേരിക്കക്ക് തടസ്സം. അമേരിക്കൻ കോഴിയിറച്ചി, കോഴിക്കാൽ, കോഴിമുട്ട എല്ലാം ഇന്ത്യൻ മാർക്കറ്റുകളിൽ വിറ്റഴിക്കാൻ അനുമതി നൽകുന്ന വ്യവസ്ഥകൾ പുതിയ കരാറിൽ അടങ്ങിയിരിക്കുന്നു. 25 % താരിഫ് ഇന്ത്യ ആവശ്യപ്പെട്ടു എങ്കിലും അമേരിക്കൻ ഭീമന്മാർ 10 % നൽകും. എല്ലാം കീഴടങ്ങലിന്റെ ഭാഗം തന്നെ. ഇന്ത്യയിലെ കോഴികർഷകരുടെ വരുമാനം നിലക്കും. അമേരിക്കൻ ഉത്പന്നങ്ങൾ മാർക്കറ്റിൽ വില കുറച്ചു വിൽക്കും. ക്രമേണ ഇന്ത്യയിലെ ഉത്പാദനം പൂർണ്ണമായും നിലയ്ക്കുമ്പോൾ ഇന്ത്യൻ മാർക്കറ്റ് അമേരിക്കയുടെ സ്വന്ത ം. എത്ര വില കൂട്ടിയും വിൽകാം ലാഭം പെരുപ്പിക്കാം. ഇന്ത്യൻ കർഷകൻ കുത്തുപാള എടുത്താലും അമേരിക്കൻ പെട്ടികൾ നിറയ്ക്കുകയാണ് മോദിക്ക് മുഖ്യം.

കയറ്റുമതിയിൽ ഒരു പ്രധാന കാർഷിക ഉൽപന്നമാണ് സോയാബീൻ. ഏറ്റവും കൂടുതൽ സോയാബീൻ ഉത്പാദനം അമേരിക്കയിലാണ്. ചോളം ഭക്ഷ്യ ആവശ്യങ്ങൾക്കുപുറമെ വ്യാവസായിക ആവശ്യങ്ങൾക്കും ഉപയോഗിക്കുന്നു. എല്ലാ കാർഷിക ഉത്പന്നങ്ങളും ഇന്ത്യൻ മാർക്കറ്റിൽ നിറക്കാൻ അമേരിക്കക്ക് അനുമതി നൽകുന്നതാണ് പ്രസ്തുത കരാർ.

2022 ൽ ഇന്ത്യയിലെ കർഷകരുടെ വരുമാനം ഇരട്ടിയാക്കും എന്ന പ്രഖ്യാപനം പ്രധാനമന്ത്രി ആവർത്തിക്കുകയാണ്. മറുഭാഗത്ത് കർഷക ജീവിതം ദുരിത പൂർണ്ണമാക്കുന്ന ജനവിരുദ്ധ ദേശവിരുദ്ധ

കരാറുകൾ നടപ്പിലാക്കുക. കാർഷിക മേഖല തീരെ ഇല്ലാതാക്കുന്ന നയങ്ങളാണ് മോഡി തുടരുന്നത്. രാജ്യസ്നേഹം പാടിനടക്കുന്നവർ ഈ കരാർ വ്യവസ്ഥകൾ പരിശോധിച്ച് വിലയിരുത്തുക.

ഇന്ത്യയിലെ കർഷകരെ കുടുംബ സമേതം ആത്മ ഹത്യയിലേക്ക് നയിക്കുന്ന വ്യാപാര കരാറുകൾ റദ്ദ് ചെയ്യണം എന്ന് ഇന്ത്യൻ ജനത കേന്ദ്ര ഭരണാധികാരികളോട് ആവശ്യപ്പെടുന്നു. മോഡി പാല് കറക്കും. ട്രംപ് പാല് കുടിക്കും.

# ഇരുട്ടിൽ നിന്നും അന്ധകാരത്തിലേക്ക്

നാളുകൾ പിന്നിടുമ്പോൾ നമ്മുടെ ജീവിത ദുരിതങ്ങൾ വർധിച്ചുവരികയാണ്. തൊഴിൽ നഷ്ടപ്പെടുന്നു. പെൻഷൻ ഉൾപ്പെടെ സാമൂഹ്യ സുരക്ഷാ പദ്ധതികൾ അപ്രത്യക്ഷമാകുന്നു. മക്കളെ പഠിപ്പിക്കാൻ കഴിവില്ല. ചെറിയ പനി വന്നാൽ പോലും ഗുളിക വാങ്ങാൻ പണമില്ല. കോവിഡ് മഹാമാരി ദുരിതങ്ങൾ വേറെ. എന്താണ് നാം അനുഭവിക്കുന്ന ദുരിതങ്ങൾക്ക് കാരണം? എന്നെന്നേക്കുമായി ഈ ദുരിതങ്ങൾ ഇല്ലാതാക്കാൻ നമുക്ക് എന്തു ചെയ്യാൻ സാധിക്കും? രാജ്യത്ത് നടപ്പിലാക്കിവരുന്ന ജനവിരുദ്ധ നയങ്ങളാണ് നമ്മെ ദുരിതങ്ങളിലേക്കു നയിക്കുന്നത്. ദുരിതങ്ങൾ അകറ്റാൻ നയങ്ങൾ മാറണം. നയങ്ങൾക്കെതിരെ പ്രക്ഷോഭങ്ങളും പോരാട്ടങ്ങളും ശക്തിപ്പെടണം. അത്തരം പോരാട്ടങ്ങളിൽ അണി ചേരുകയും വിജയിപ്പിക്കുകയും ചെയ്യുക എന്നതാണ് ഇന്ന് ഓരോ ഇന്ത്യക്കാരന്റെയും പ്രധാന കടമ.

2020 ഓഗസ്റ്റ് 6. റിസർവ് ബാങ്ക് ഓഫ് ഇന്ത്യ പ്രസിദ്ധീകരിച്ച 5 സർവ്വേ റിപ്പോർട്ടുകൾ വർത്തമാന ഇന്ത്യൻ ജീവിത യാഥാർത്ഥ്യങ്ങൾ വിലയിരുത്തുന്നു.

1. Consumer Confidence Survey july 2020-CCS
2. Inflation expectations survey of households IESH-july 2020
3. OBICUS survey on manufacturing sector Q4 2019-20
4. Industrial outlook survey of the manufacturing sector for Q1 2020-21
5. Survey of professional forecasters on macroeconomic indicators round 65th

ഒരു കേന്ദ്ര ബാങ്ക് എന്ന നിലയിൽ റിസർവ് ബാങ്ക് ഓഫ് ഇന്ത്യക്ക് ഇന്ന് പ്രവർത്തിക്കാൻ കഴിയുന്നുണ്ടോ എന്ന സംശയം നമ്മുടെ മനസ്സിൽ ഉദിച്ചേക്കാം. സാമ്പത്തിക രംഗത്തെ കാര്യങ്ങൾ ആരൊക്കെയോ എവിടെയോ വെച്ച് തീരുമാനിക്കുന്നു. ഇവിടെ നടപ്പിലാക്കുന്നു. റിസർവ് ബാങ്ക് നോക്കുകുത്തിയായി മാറി. റിസർവ് ബാങ്കിനെ ഒരു കറവപ്പശു ആയിട്ടാണ് മോഡി സർക്കാർ കരുതുന്നത്. കരുതൽ ധനം പിൻവലിച്ചത് ഓർമ്മിക്കുക. റിസർവ് ബാങ്ക് ഓഫ് ഇന്ത്യയെ യഥാർത്ഥ കേന്ദ്ര ബാങ്ക് ആക്കി നിലനിർത്താനും ശക്തിപ്പെടുത്താനും ഇന്ത്യൻ ജനതയ്ക്ക് സാധിക്കണം. റിസർവ് ബാങ്ക് പ്രസിദ്ധീകരിക്കുന്ന റിപ്പോർട്ടുകളും പഠനങ്ങളും നാം ഗൗരവബുദ്ധിയോടെ വിലയിരുത്തണം.

മേൽ സൂചിപ്പിച്ച 5 സർവ്വേ റിപ്പോർട്ടുകൾ പരിശോധിച്ചാൽ ഇന്ത്യൻ സമ്പദ്ഘടന ഇരുട്ടിൽ നിന്നും അന്ധകാരത്തിലേക്ക് നീങ്ങുന്നു എന്ന് ആർക്കും ബോധ്യപ്പെടും. വർത്തമാന ഇന്ത്യൻ ജീവിതത്തിന്റെ എല്ലാ ദൈന്യതകളും വിളിച്ചോതുന്നതാണ് എല്ലാ സർവേകളും. പ്രധാന സർവ്വേ ആയ consumer confidence survey വിശദമായി മനസ്സിലാക്കാം. സർവ്വേയുടെ  പ്രാധാന്യം, സർവ്വേ നടത്തുന്ന രീതി എല്ലാം നാം അറിയണം.

മൂന്നുമാസം കൂടുമ്പോൾ ആർ ബി ഐ നടത്തുന്ന സർവ്വേയാണ് Consumer Confidence Survey. സമ്പദ്ഘടനയിൽ ജനങ്ങൾക്കുള്ള ആത്മവിശ്വാസം, സമ്പദ്ഘടനയുടെ ഭാവിയെ കുറിച്ചുള്ള ആശങ്ക തുടങ്ങിയ കാര്യങ്ങളാണ് ഈ സർവ്വേയിൽ. ജനങ്ങളുടെ കൈയ്യിൽ പണമുണ്ടോ, വരും ദിനങ്ങളിൽ അവർ കൂടുതൽ പണം ചെലവഴിക്കുമോ, സമ്പദ്ഘടനയെക്കുറിച്ച ജനങ്ങൾക്ക് ആശങ്ക വർധിക്കുന്നുണ്ടോ തുടങ്ങിയ കാര്യങ്ങൾക്കാണ് ഈ സർവ്വേ പ്രധാനമായും ഊന്നൽ നൽകുന്നത്.

ഇന്ത്യയിലെ പ്രധാനപ്പെട്ട 6 വൻ നഗരങ്ങൾ കേന്ദ്രീകരിച്ചാണ് ഈ സർവ്വേ നടത്തിയിരുന്നത്. ബാംഗ്ലൂർ, ചെന്നൈ, ഹൈദരാബാദ്, കൊൽക്കത്ത, മുംബൈ, ന്യൂഡൽഹി എന്നീ നഗരങ്ങളിലാണ് സർവ്വേ നടന്നിരുന്നത്. ഓരോ നഗരത്തെയും ആദ്യം 3 ഭാഗമായി തിരിക്കും. ഓരോ ഭാഗത്തെയും വീണ്ടും മൂന്ന് സബ് ഏരിയ ആയി തിരിക്കും. ഓരോ സബ് ഏരിയയിലെയും 100 വീടുകളിൽ സർവ്വേ നടത്തും. അതായത് ഒരു നഗരത്തിൽ നിന്ന് 900 പേർ സർവ്വേയിൽ. അങ്ങനെ 6 നഗരങ്ങളിൽ നിന്നും 5400 പേർ. 2010ജൂൺ മുതൽ ഈ രീതിയിൽ ആയിരുന്നു Consumer Confidence Survey തുടർന്നത്. 2017 സെപ്തംബർ മാസത്തിൽ സർവ്വേയിൽ ഉൾപ്പെടുത്തുന്ന

നഗരങ്ങളുടെ പട്ടികയിൽ 7 നഗരങ്ങൾ കൂട്ടിച്ചേർത്തു ആകെ 13 നഗരങ്ങൾ സർവ്വേയുടെ ഭാഗമായി. അഹമ്മദാബാദ്, ഭോപ്പാൽ, ഗോഹട്ടി, ജയ്പൂർ, ലഖ്നൗ, പാറ്റ്ന, തിരുവനന്തപുരം തുടങ്ങിയ നഗരങ്ങൾ സർവ്വേയിൽ ഉൾപ്പെട്ടു.

ചോദ്യാവലി ആർ ബി ഐ തന്നെയാണ് തയ്യാറാക്കുന്നത്. ജനങ്ങളുടെ അവബോധവും നാളെയെക്കുറിച്ചുള്ള പ്രതീക്ഷകളും ആശങ്കകളും സർവേയിൽ തെളിയുന്നു. ഇന്ത്യൻ ഗ്രാമങ്ങളെ ഈ സർവ്വേ സ്പർശിക്കുന്നില്ല എന്നതാണ് ഈ സർവ്വേയുടെ പ്രധാന ന്യൂനത. ചോദ്യാവലിയും ഇൻഡക്സ് കണക്കുകൂട്ടുന്ന രീതിയും താഴെ.

How is the assessment carried out and How is the index calculated?

Theassessmentis carried out in two scales- perceptions and expectations. Perception is how the current situation is as compared to the previous year and expectation is what they are expecting it to be in the coming year. Responses are recorded on a three-point scale, whether the financial condition has/will improve, worsen or remain constant. Under each of this scale, number of respondents who had similar opinion is expressed as the percentage of total number respondents. Net responses, also termed as net balances, is arrived at by subtracting the percentage of respondents who reported a decrease from the percentage of respondents who reported an increase. Thus, it can take any value in the range -100 to +100.

**Block II: Current Economic Conditions**

**1. How do you think economic conditions have changed compared with one year ago?**

(a) Have improved — 1
(b) Have remained the same — 2
(c) Have worsened — 3

**1A) With regard to Question 1, what makes you think so? (Choose up to two answers.)**

(a) Media reports — 1
(b) Economic indicators and statistics — 2
(c) Business performance of the company I work for, or of my own company — 3
(d) Income level for myself or other family members — 4
(e) Bustle of shopping streets and amusement quarters — 5

**2. How do you view the current economic conditions?**

(a) Are favourable — 1
(b) Are neither favourable nor unfavourable — 2
(c) Are unfavourable — 3

**3. How do you foresee economic conditions one year from now?**

(a) Will improve — 1
(b) Will remain the same — 2
(c) Will worsen — 3

Current Situation Index (CSI) and Future Expectation Index (FEI) are two indices which are calculated in order to determine consumer confidence. These indices are calculated using the average of net responses of parameters such as income, spending, economic situation, employment and price level for the current year and the following year, respectively, as the names suggest. The indices can take a value between 0 and 200. A value above 100 for the indices suggests that people are optimistic. Since the removal of household circumstances parameter since 2015, the parameter has also been removed from the calculation of the indices.

**Methodology**

**Current Situation Index & Future Expectations Index**

In standard opinion surveys, respondents generally have three reply options such as up/same/down; or above-normal/normal/below-normal; or increase/remain-same/decrease. Because of the difficulty of interpreting all three percentages, the survey results are normally converted into a single quantitative number. One of the most common way of doing this is to use 'Net-Responses' (also called 'Balances' or 'Net Balances'). It is defined as the percentage of the respondents reporting a decrease, subtracted from the percentage reporting an increase. Net Responses can take values from −100 to +100. In this survey, Net Response is used to analyse the Consumer Confidence Survey results and to track the movements of various parameters.

To combine the consumer confidence perceptions on various parameters, two indices are worked out. These are Current Situation Index and Future Expectations Index. While calculating the index, the following formula has been used.

Overall Index = Average (100 + Net Response of selected factors)

Where Net Response = Positive perceptions (%) – Negative perception (%)

The average net responses on the current perception on various factors, *viz.* economic conditions, household circumstances, income, spending and price level are used for the calculation of the Current Situation Index.

The average net responses on the future perceptions on various factors, *viz.* economic conditions, income, spending, price level and employment are used for the calculation of the Future Expectations Index.

ഉപഭോക്താക്കളുടെ ആത്മവിശ്വാസം തിരിച്ചറിയാൻ Current Situation Index (CSI), Future Expectation Index (FEI) രണ്ടും സഹായകമാണ്. 2020 ജൂലൈ സർവ്വേ ഫലങ്ങൾ ആശാവഹമല്ല. കോവിഡ് പരത്തിയ ദുരിതങ്ങൾ തീർച്ചയായും സർവ്വേകളിൽ പ്രതിഫലിക്കും. ഇന്ത്യൻ സാമ്പത്തിക രംഗം നിലംപതിക്കുകയാണ്. ജി ഡി പി കുറയുന്നു. ഈ പ്രവണത തുടരാം എന്നാണ് ആർ ബി ഐ ഗവർണ്ണർ സൂചിപ്പിക്കുന്നത്.

തൊഴിലില്ലായ്മ നാല് പതിറ്റാണ്ടുകാലത്തെ ഉയരത്തിൽ ഗ്രാമീണരുടെ വാങ്ങൽ ശേഷി അലിഞ്ഞലിഞ്ഞ് ഇല്ലാതാകുന്നു. കർഷകർ കൂട്ടത്തോടെ ആത്മഹത്യ ചെയ്യുന്നു. ചെറുകിട സംരംഭങ്ങൾ അടച്ചുപൂട്ടി. ഞങ്ങൾ എങ്ങനെ ജീവിക്കും എന്ന ജനങ്ങളുടെ ചോദ്യത്തിന് ഭരണാധികാരികൾ മറുപടിയും പരിഹാരവും ഉണ്ടാക്കണം. ജനദ്രോഹ നയങ്ങൾ ഇന്ത്യൻ സമ്പദ്ഘടന എവിടെ എത്തിച്ചു എന്ന് ബോധ്യപ്പെടാൻ ഈ സർവ്വേ മാത്രം മതിയാകും.

# നിക്ഷേപം മാത്രമല്ല ജീവനും കവരുന്ന ബാങ്കിംഗ് നയങ്ങൾ

അസുഖം വന്നാൽ ചികിത്സിക്കണം. ചികിത്സിക്കാൻ പണം വേണം. ബാങ്കിലാണെങ്കിൽ പണം പിൻവലിച്ചു. ചികിത്സ നടത്തി അസുഖം ഭേദമാക്കാം. എന്നാൽ നിങ്ങൾ നിക്ഷേപിച്ച പണം ബാങ്കിൽ നിന്നും തിരിച്ചു കിട്ടിയില്ലെങ്കിൽ എന്തു ചെയ്യും. എങ്ങനെ ചികിത്സിക്കും. പണം ഉണ്ടായിട്ടും ചികിത്സ ലഭിക്കാതെ മരണത്തിലേക്ക് നയിക്കുന്ന അവസ്ഥ ഇന്ത്യയിൽ സംജാതമായിരിക്കുന്നു. ബാങ്ക് നിക്ഷേപങ്ങളുടെ സുരക്ഷിതത്വവും നിക്ഷേപകരുടെ ജീവനും ചോദ്യ ചിഹ്നമായി മാറുന്നു.

2020 ഓഗസ്റ്റ് മാസത്തിലെ ആദ്യ ദിനങ്ങളിലാണ് ഈ കുറിപ്പ് തയ്യാറാക്കിയത്. കഴിഞ്ഞ ഒരാഴ്ചയിൽ മുംബൈയിൽ മൂന്നു വയോധികർ ചികിത്സിക്കാൻ പണം ബാങ്കിൽ നിന്നും ലഭിക്കാതെ മരണപ്പെട്ടു. അവരുടെ മുഴുവൻ സമ്പാദ്യവും പഞ്ചാബ് & മഹാരാഷ്ട്ര കോ ഓപ്പറേറ്റീവ് ബാങ്കിൽ ആയിരുന്നു. ബാങ്ക് പ്രതിസന്ധിയിൽ അകപ്പെട്ടു. നിക്ഷേപം പിൻവലിക്കാൻ നിബന്ധനകൾ വന്നു. നിക്ഷേപകരുടെ ജീവിതം താളം തെറ്റി. അമ്പതിലധികം നിക്ഷേപകർക്ക് ജീവൻ നഷ്ടപ്പെട്ടു. എന്താണ് അവർ ചെയ്ത കുറ്റം. പണം ബാങ്കിൽ നിക്ഷേപിക്കുന്നത് ആവശ്യം വരുമ്പോൾ തിരിച്ചെടുക്കുക എന്ന ഉദ്ദേശ്യത്തോടെയാണ്. മാസാമാസം പലിശ വാങ്ങി ജീവിക്കുന്നവരും ധാരാളം. എല്ലാവരും ദുരിതത്തിൽ.

വിജയ് ചൗധരി വയസ് 53. കിഡ്നി രോഗബാധിതൻ. നിക്ഷേപം പി എം സി ബാങ്കിൽ. ചികിത്സിക്കാൻ പണം പിൻവലിക്കാൻ സാധിച്ചില്ല. 2020 ജൂലൈ 23 മുംബൈയിലെ സ്വകാര്യ ആശുപത്രിയിൽ മരണപ്പെട്ടു. ബില്ല് അടക്കാതെ മൃതശരീരം വിട്ടുകൊടുക്കാൻ

ആശുപത്രി അധികൃതർ തയ്യാറായില്ല. പണമുണ്ടായിട്ടും കാര്യമില്ല. പണം ആവശ്യത്തിന് ലഭിക്കണം. ഇത് നമുക്കൊരു പാഠമാണ്. നവലിബറൽ വർത്തമാനത്തിൽ ഇതിലും കടുത്ത അനുഭവങ്ങൾ ക്കായി കാത്തിരിക്കുക.

1984 ൽ ഗുരുചരൺസിംഗ് കൊച്ചാർ നേതൃത്വം നൽകി ബോംബെ ആസ്ഥാനമായി രൂപീകരിച്ച പഞ്ചാബ് & മഹാരാഷ്ട്ര കോ ഓപ്പറേറ്റീവ് ബാങ്ക് (PMC) ഇന്ത്യയിലെ ഏറ്റവും വലിയ 10 സഹകരണ ബാങ്കുകളിൽ ഒന്നാണ്. 137 ശാഖകൾ. മഹാരാഷ്ട്ര, ഡൽഹി, ഗോവ, കർണാടക, ഗുജറാത്ത്, ആന്ധ്രപ്രദേശ്, മധ്യപ്രദേശ് തുടങ്ങിയ സംസ്ഥാനങ്ങളിൽ പ്രവർത്തിക്കുന്നു. 31-03-2019ന് പി എം സി യിൽ 11637.34 കോടി രൂപ നിക്ഷേപവും 8383.33 കോടി രൂപയുടെ വായ്പയും ലാഭം 99.69 കോടി രൂപയും ആണ്.

24-09-2019 പി എം സി ബാങ്കിലെ നിക്ഷേപകർ ഞെട്ടലോടെ യാണ് ആ വാർത്ത കേട്ടത്. ബാങ്കിംഗ് റഗുലേഷൻ നിയമത്തിന്റെ സെക്ഷൻ 35 A അനുസരിച്ച് റിസർവ് ബാങ്ക് പി എം സി ബാങ്കി നുമേൽ നിയന്ത്രണങ്ങൾ ഏർപ്പെടുത്തി. ആറു മാസത്തേക്കാണ് നിയന്ത്രണം. പുതിയ വായ്പകൾ അനുവദിക്കാനോ നിലവിലുള്ള വായ്പകൾ പുന:ക്രമീകരിക്കാനോ പാടില്ല. പുതിയ നിക്ഷേപങ്ങൾ സ്വീകരിക്കരുത്. നിലവിലുള്ള നിക്ഷേപം ആയിരം രൂപ വരെ പിൻവലിക്കാം. നിക്ഷേപകർ പലവിധം. ആവശ്യങ്ങൾ പലവിധം. അവരുടെ പണം പിടിച്ചുവെച്ചാൽ ആവശ്യങ്ങൾ നടക്കുമോ. ആറു മാസത്തേക്ക് ആയിരം രൂപ കൊണ്ട് എന്ത് ചെയ്യാൻ. പിന്നീട് പതിനായിരം രൂപയായും 25000 രൂപയായും ഉയർത്തി. ഈ ഒരു അവസ്ഥക്ക് എന്താണ് കാരണം. പി എം സി ബാങ്കിൽ ഇത്തരം പ്രതിസന്ധി ആരുടെ സൃഷ്ടിയാണ്. ഈ വിഷയത്തിൽ ഭരണാധി കാരികളുടെ റോൾ എന്താണ്.

ജനങ്ങൾ നിക്ഷേപിക്കുന്ന പണമാണ് ബാങ്കുകൾ വായ്പയായി നൽകുന്നത്. കൊടുത്ത വായ്പ യഥാസമയം തിരിച്ചടച്ചില്ലെങ്കിൽ നിക്ഷേപകർക്ക് നിക്ഷേപം തിരിച്ചു നൽകാൻ സാധിക്കില്ല. ഈ ഘട്ടത്തിൽ ബാങ്ക് പ്രതിസന്ധിയിലാകും. നിക്ഷേപകർ ബുദ്ധിമു ട്ടും. ബാങ്കുകളിലെ ഉന്നത ഉദ്യോഗസ്ഥരും രാഷ്ട്രീയ നേതാക്കളും അനധികൃതമായി വായ്പാ വിതരണത്തിൽ ഇടപെടുന്നതാണ് പ്രതി സന്ധികൾ സൃഷ്ടിക്കുന്നത്. അനർഹർക്ക് കൃത്യമായ ഈടില്ലാതെ വൻ വായ്പകൾ നൽകുന്നു. സ്ഥാപനത്തിന്റെ വിശ്വാസ്യതയും നിക്ഷേ പകരുടെ വിശ്വാസവും തകരുകയാണ്. പി എം സി ബാങ്ക് വഴിവിട്ട വായ്പകൾ നൽകി. Housing Development and Infrastructure LTD

(HDIL) എന്ന റിയൽ എസ്റ്റേറ്റ് കമ്പനിക്കാണ് വായ്പ നൽകിയത്. അന്വേഷണം പുരോഗമിക്കുന്നു. ഉന്നത ഉദ്യോഗസ്ഥരെ അറസ്റ്റ് ചെയ്തു കാര്യങ്ങൾ നേരെയാക്കാൻ റിസർവ് ബാങ്ക് ഉദ്യോഗസ്ഥരെ നിയമിച്ചു. ബാങ്കുകളുടെ ആരോഗ്യം സംരക്ഷിക്കാൻ വായ്പാ വിത രണത്തിൽ തികഞ്ഞ ജാഗ്രത പുലർത്തണം. നിക്ഷേപകരുടെ താൽപര്യം സംരക്ഷിക്കപ്പെടണം.

നിക്ഷേപങ്ങളുടെ സംരക്ഷണം ഒരു ചോദ്യചിഹ്നമായി മാറുമ്പോൾ നിക്ഷേപങ്ങൾക്ക് ലഭ്യമായ ഇൻഷൂറൻസ് സംരക്ഷണം നാം ഒന്ന് വിലയിരുത്തണം. 1950 ൽ ബംഗാളിൽ സംഭവിച്ച ബാങ്ക് തകർച്ച ഓർക്കുക. Bengal Central Bank, comilla Union Bank, Comilla Banking, Corporation Hooghly Bank ഉൾപ്പെടെ 1947നും 1950നും ഇടയിൽ 50 ബാങ്കുകൾ തകർന്നു. നിക്ഷേപകർ സംഘടിച്ചു. വിഷയം പ്രധാനമന്ത്രിയുടെ ശ്രദ്ധയിൽ കൊണ്ടുവന്നു. വിഷയം പഠിക്കാൻ ഒരു കമ്മിറ്റിയെ നിയോഗിച്ചു. 1956 ൽ കെ എൻ ആർ രാമാനുജൻ നിക്ഷേപ ഇൻഷൂറൻസിന് ഒരു പദ്ധതി തയ്യാറാക്കി. 500 രൂപ വരെയുള്ള നിക്ഷേപങ്ങൾക്ക് സംരക്ഷണം ഉറപ്പാക്കി. അന്ന് ആകെ ബാങ്ക് നിക്ഷേപത്തിന്റെ 61 ശതമാനം നിക്ഷേപങ്ങളും 500 രൂപയിൽ താഴെ ആയിരുന്നു.

ലോകരാജ്യങ്ങളിൽ ആദ്യമായി നിക്ഷേപങ്ങൾക്ക് ഇൻഷൂറൻസ് സംരക്ഷണം ഏർപ്പെടുത്തിയത് അമേരിക്കയാണ്. 1962ൽ ഇന്ത്യ യിൽ DICGC (DEPOSIT insurance and credit guarantee corporation) നിലവിൽ വന്നു. നിക്ഷേപങ്ങൾക്ക് ഇൻഷൂറൻസ് സംരക്ഷണം ഏർപ്പെടുത്തിയ രണ്ടാമത്തെ രാജ്യമാണ് ഇന്ത്യ. സംരക്ഷണം ലഭിക്കുന്ന നിക്ഷേപ തുക 500 ൽ നിന്ന് ആയിരമായും പിന്നീട് 1500 രൂപയായും വർദ്ധിപ്പിച്ചു. 1968 ൽ 5000 രൂപയായി ഉയർത്തി ആ സമയത്ത് ആകെ നിക്ഷേപത്തിന്റെ 91 ശതമാനം നിക്ഷേപവും 5000 രൂപയിൽ താഴെയായിരുന്നു. 1993 ൽ നിക്ഷേപ തുക ഒരു ലക്ഷമായി ഉയർത്തി. വർഷങ്ങൾ പലത് കഴിഞ്ഞു. തുകയിൽ ഒരു മാറ്റവും വരുത്തിയില്ല. ബാങ്കുകളിൽ കിട്ടാക്കടം പെരുകുന്നു. നിക്ഷേ പകർ ആശങ്കയിൽ ഇൻഷൂറൻസ് സംരക്ഷണം ലഭിക്കുന്ന തുക 15 ലക്ഷമായി എങ്കിലും ഉയർത്തണം. എങ്കിൽ മാത്രമേ നിക്ഷേപക രുടെ താൽപര്യം സംരക്ഷിക്കപ്പെടൂ. അടുത്ത കാലത്ത് 5 ലക്ഷമായി ഉയർത്താൻ അധികാരികൾ നിർബന്ധിതരായി.

നിക്ഷേപസുരക്ഷിതത്വം ഉറപ്പു വരുത്തണം. ബാങ്കുകളുടെ ആരോഗ്യം സംരക്ഷിക്കണം. കിട്ടാക്കടം തിരിച്ചു പിടിക്കണം. വഴിവിട്ട വായ്പാവിതരണം നിർത്തലാക്കണം. ജാഗ്രതയോടെ

കാര്യങ്ങൾ നടത്താൻ റിസർവ് ബാങ്കിന് സാധിക്കണം. അനധികൃത ഇടപെടലുകൾ അവസാനിപ്പിക്കണം.

നിക്ഷേപവും ജീവനും സംരക്ഷിക്കപ്പെടണം.

ജനവിരുദ്ധ ദേശവിരുദ്ധ നയങ്ങൾ തിരുത്താൻ ഭരണാധികാരികൾ തയ്യാറാകണം. അല്ലാത്തപക്ഷം ഭരണാധികാരികളെ വിചാരണ ചെയ്യാൻ ഇന്ത്യൻ ജനത തയ്യാറാകണം.

# മനുഷ്യത്വം മരവിച്ച ബാങ്കുകൾ

കർണാടകയിലെ ഷിമോഗ പ്രദേശം. അവിടത്തെ ഒരു സാധാരണ കർഷകൻ ലക്ഷ്മി നാരായണ. ആ പ്രദേശത്തെ കാനറാ ബാങ്കിൽ നിന്നും 35000 രൂപ വായ്പ എടുത്തിരുന്നു. ഏകദേശം ഒരു മാസം മുമ്പ് ബാങ്കിൽ നിന്നും ഫോൺവിളി. വായ്പയിൽ കുടിശിക ഉടൻ അടക്കണമെന്നും ഇല്ലെങ്കിൽ നടപടി സ്വീകരിക്കുമെന്നും ഭീഷണി. ലക്ഷ്മി നാരായണ പിറ്റേന്നുതന്നെ ബാങ്കിലേക്ക് തിരിച്ചു. ബസ് സർവീസ് നിർത്തിയിരിക്കുന്നു. ബാങ്കിലേക്ക് ദൂരം 15 കിലോമീറ്റർ. ഏതായാലും നടക്കാൻ ത ന്നെ തീരുമാനിച്ചു. ആ സാധു കർഷകൻ നടന്ന് അവശനായി ബാങ്കിൽ എത്തി. അദ്ദേഹത്തെ അത്ഭുതപ്പെടുത്തുന്ന വിവരമാണ് ബാങ്കിൽ നിന്നും ലഭിച്ചത്. വായ്പയിൽ കുടിശിക വെറും 3 രൂപ 46 പൈസ. ഇതുപോലെ സാധാരണ ജനങ്ങളോടും കർഷകരോടും മനുഷ്യത്വമില്ലാതെയാണ് ബാങ്കുകൾ പെരുമാറുന്നത്. മറുഭാഗത്ത് വൻ വായ്പകൾ കുത്തകകൾക്ക് നൽകി യാതൊരു മനഃസാക്ഷി കുത്തുമില്ലാതെ നിർബാധം എഴുതി തള്ളുന്നു. കർഷകൻ പണമടക്കാൻ അനുഭവിക്കുന്ന ദുരിതങ്ങൾ ആരോടു പറയാൻ.

ഈ സംഭവം ഹൃദയത്തിൽ തട്ടിയെങ്കിൽ നിങ്ങൾ അടങ്ങിയിരിക്കരുത്. ബാങ്കിങ് മേഖലയിൽ തുടരുന്ന കോർപ്പറേറ്റ് അനുകൂല നയങ്ങൾ തിരിച്ചറിയാനും അതിനെതിരെ ദേശവ്യാപകമായി ശബ്ദമുയർത്താനും നമുക്ക് കഴിയണം. ഭരണാധികാരികളും കോർപറേറ്റുകളും തമ്മിലുള്ള ചങ്ങാത്തം ബാങ്കുകളെ കൊള്ളയടിക്കുമ്പോൾ പാവപ്പെട്ട കർഷകരെ നിസാര തുക അടക്കാൻ ബാങ്കുകൾ ഭീഷണി മുഴക്കുന്നു.

2014 ഒന്നാം മോദിസർക്കാർ അധികാരമേറ്റ ശേഷം 2019 വരെ

എഴുതിത്തള്ളിയ വായ്പയും അതിൽ എത്ര ശതമാനം തിരിച്ചു പിടിച്ചു എന്നതും താഴെ പട്ടികയിൽ

Table 1: Write off of bad loans and recovery from them between 2014-19

| Banks | Amount of written off bad loans | Recovered from written off bad loans | Recovery Percentage |
|---|---|---|---|
| All Scheduled Commercial Banks | Rs 635,164 crore | Rs 62,220 crore | 9.7% |
| Public Sector Banks | Rs 515,636 crore | Rs 51,419 crore | 9.9% |
| SBI (and associate banks) | Rs 169,546 crore | Rs 20,519 crore | 12.1% |

ബാങ്ക് നിക്ഷേപം സാധാരണ ജനങ്ങളുടേത്. വായ്പ ഭൂരിഭാഗവും അതിസമ്പന്നർക്ക്. അവർ തിരിച്ചടയ്ക്കാതെ ബാങ്കുകളെയും സമ്പദ്ഘടനയെയും പ്രതിസന്ധിയിലാക്കുന്നു. കർഷകന് ഭീഷണിയും ജയിൽവാസവും. ഈ ഇരട്ടത്താപ്പിനെതിരെ പ്രതിഷേധം ഉയരണം. കോർപ്പറേറ്റ് വായ്പകൾ നൽകാൻ അനധികൃതമായി ഇടപെടുന്ന ഭരണാധികാരികളെ തുറന്നുകാട്ടണം. കോർപ്പറേറ്റ് കിട്ടാക്കടങ്ങൾ ഉടൻ തിരിച്ചുപിടിക്കണം. ഗ്രാമീണ ദരിദ്രരുടെ ജീവിതം മെച്ചപ്പെടുത്താൻ ധാരാളം ചെറു വായ്പകൾ പ്രോത്സാഹിപ്പിക്കുക.

ഏതൊക്കെ മേഖലകളിലാണ് കിട്ടാക്കടം എന്ന് താഴെ പട്ടികയിൽ

Table 4: Industries with high amount of bad loans (as of March 2019)

| Industry | Amount of Bad Loans |
|---|---|
| Infrastructure | Rs 203,017 crore |
| Basic Metal and Metal Products | Rs 83,092 crore |
| All Engineering | Rs 39,838 crore |
| Textiles | Rs. 30,417 crore |
| Food Processing | Rs. 29,279 crore |
| Construction | Rs. 25,730 crore |
| Gems & Jewellery | Rs. 19,189 crore |
| Chemicals and Chemical Products | Rs. 18,349 crore |
| **Total** | **Rs 448,911 crore** |

Source: RTI

നഷ്ടപ്പെട്ട മനുഷത്വം വീണ്ടെടുക്കാൻ ബാങ്കുകൾക് സാധിക്കണം. അതിന് തടസം നിൽക്കുന്ന നയങ്ങളെ ചെറുത്ത് തോൽപിക്കാൻ ഇന്ത്യൻ ജനതക്ക് സാധിക്കണം.

Website

Ground reality, center for financial accountability.

# വാഗ്ദാനങ്ങൾ പാലിക്കാതെ ഇന്ത്യൻ പാർലമെന്റ്

ജനജീവിതം മെച്ചപ്പെടുത്താനും സമാധാനം നിലനിർത്താനും സമ്പദ്ഘടന ശക്തിപ്പെടുത്താനും മെച്ചപ്പെട്ട ഉൽപാദനവും കൂടുതൽ തൊഴിലവസരങ്ങളും എല്ലാം ഉറപ്പുവരുത്താൻ നിയമനിർമ്മാണം നടത്തുക എന്നതാണ് പാർലമെന്റ് കൊണ്ട് ഉദ്ദേശിക്കുന്നത്. നാം തെരഞ്ഞെടുത്ത് അയക്കുന്ന പാർലമെന്റ് അംഗങ്ങൾ ലോകസഭയിലും രാജ്യസഭയിലും എന്താണ് ചെയ്യുന്നത്. അവരുടെ ചോദ്യങ്ങൾക്ക് ലഭിക്കുന്ന മറുപടി എന്താണ്. അവർക്ക് ലഭിക്കുന്ന ഉറപ്പുകൾ (Assurances) എത്രത്തോളം പാലിക്കപ്പെടുന്നുണ്ട്. ഈ വിഷയം നാം ഗൗരവമായി മനസ്സിലാക്കണം. ഇന്ത്യൻ പാർലമെന്റ് ജനക്ഷേമം പാടെ മറന്നുകൊണ്ടാണ് തുടരുന്നത്. ജനങ്ങൾക്ക് നൽകുന്ന ഉറപ്പുകൾ പാലിക്കപ്പെടുന്നില്ല. നമ്മുടെ ജീവിതവും നമ്മുടെ നാടും നമ്മുടെ പാർലമെന്റും അകലുകയാണോ.

15 ഉം 16 ഉം ലോകസഭകൾ വിലയിരുത്തിയാൽ പാലിക്കപ്പെടാത്ത വാഗ്ദാനങ്ങൾ 300 ശതമാനം വർധിച്ചു. India spend എന്ന ഓൺലൈൻ മാധ്യമം നടത്തിയ അന്വേഷണം ശ്രദ്ധേയമാണ്. 2014-19 പതിനാറാം ലോകസഭ ഒന്നാം മോഡി സർക്കാരിന്റെ ഭരണകാലം. പാർലമെന്റ് കാലാവധി അവസാനിക്കുമ്പോൾ പാലിക്കപ്പെടാത്ത വാഗ്ദാനങ്ങൾ 1540. രണ്ടാം യു പി എ ഭരണകാലത്ത് 2009-14 (പതിനഞ്ചാം ലോകസഭ) പാർലമെന്റ് കാലാവധി അവസാനിക്കുമ്പോൾ പാലിക്കപ്പെടാത്ത വാഗ്ദാനങ്ങൾ 385. ഒന്നാം മോഡി സർക്കാരിന്റെ അവസാനവർഷം 2018-19ൽ 76 ശതമാനം വാഗ്ദാനങ്ങൾ പാലിക്കപ്പെട്ടില്ല. എന്നിട്ടും പിന്നീട് നടന്ന പൊതു

തെരഞ്ഞെടുപ്പിൽ അവർ ഭൂരിപക്ഷം നേടി വീണ്ടും അധികാരത്തിൽ വന്നു.

ലോകസഭയിലും രാജ്യസഭയിലും അംഗങ്ങൾ ഉന്നയിക്കുന്ന വിഷയങ്ങൾക്ക് കൃത്യമായ മറുപടി നൽകണം. നൽകുന്ന വാഗ്ദാനങ്ങൾ നടപ്പിലാക്കണം. അതിനനുസൃതമായി നിയമനിർമ്മാണം നടത്തണം. ഇതൊന്നും യഥാസമയങ്ങളിൽ തുടരുന്നില്ലെങ്കിൽ പാർലമെന്റ് വെറും നോക്കുകുത്തിയായി മാറും. എം.പി.മാരെ തീറ്റിപ്പോറ്റുകയല്ലല്ലോ പാർലമെന്റിന്റെ ലക്ഷ്യം. നിയമപ്രകാരം പാർലമെന്റിൽ നൽകുന്ന വാഗ്ദാനങ്ങൾ 3 മാസത്തിനകം നടപ്പിലാക്കണം. നടപ്പിലാക്കാൻ സാധിക്കാത്ത ഉറപ്പുകൾ Parliamentary Committee on Assurances ന്റെ പരിഗണനയ്ക്ക് വിടും. കമ്മിറ്റി അനുവദിച്ചാൽ വാഗ്ദാനങ്ങൾ പിൻവലിക്കാം.

ജനങ്ങൾ ദുരിത ജീവിതം നയിക്കുന്നു. രാജ്യത്ത് നടപ്പിലാക്കുന്ന നയങ്ങൾ ജനവിരുദ്ധം ദേശവിരുദ്ധം. പൊതുമേഖല വിറ്റുതുലക്കുന്നു. കോർപറേറ്റുകൾ ആഹ്ലാദനൃത്തം ചവിട്ടുന്നു. തൊഴിൽ നിയമങ്ങൾ ഉടമവർഗ താൽപര്യം സംരക്ഷിക്കാൻ മാറ്റി എഴുതി. ഇനി തൊഴിലാളിയല്ല കൂലി അടിമകൾ മാത്രം. എന്നിട്ടും പാർലമെന്റ് ജനവിരുദ്ധമായി ജനക്ഷേമം മറന്നുകൊണ്ടാണ് പ്രവർത്തനം തുടരുന്നത്.

പതിനാറാം ലോകസഭ നൽകിയ വാഗ്ദാനങ്ങളിൽ 489 എണ്ണം പിൻവലിക്കാൻ സർക്കാർ കമ്മിറ്റിയോട് ആവശ്യപ്പെട്ടു. ഇതിൽ 279 എണ്ണം ഒരു കാരണവശാലും പിൻവലിക്കാൻ കഴിയില്ലെന്ന് കമ്മിറ്റി സർക്കാരിനെ ബോധ്യപ്പെടുത്തി. എന്നിട്ടും ഈ കാര്യങ്ങളിൽ ഒരു തരിപോലും മുന്നോട്ടുപോകാൻ മോഡി സർക്കാർ തയ്യാറായില്ല. ലോകസഭയിലും രാജ്യസഭയിലും ഉന്നയിക്കുന്ന വിഷയങ്ങൾക്ക് നൽകുന്ന സാധാരണ മറുപടികൾ നാം ശ്രദ്ധിക്കണം.

വിഷയം സജീവ പരിഗണനയിലാണ്

ഞാൻ ഈ വിഷയം പരിശോധിക്കാം

വിഷയം പ്രത്യേക താൽപര്യത്തോടെ വിലയിരുത്താം.

വിവരങ്ങൾ ശേഖരിച്ച് മറുപടി നൽകാം.

ബി ജെ പി സർക്കാർ ആകെ നൽകിയ വാഗ്ദാനങ്ങൾ 5383. അതിൽ 1540 വാഗ്ദാനങ്ങൾ പാലിക്കപ്പെട്ടില്ല.

പതിനാറാം ലോകസഭയുടെ രണ്ടാം സമ്മേളനം (2014 ജൂലൈ-ആഗസ്റ്റ്) 84 ശതമാനം വാഗ്ദാനങ്ങൾ പാലിക്കപ്പെട്ടു. എന്നാൽ അവസാന സമ്മേളനത്തിൽ (2019- ജനുവരി-ഫെബ്രുവരി) പാലിക്കപ്പെട്ടത് വെറും 10 ശതമാനം മാത്രം. ഒന്നാം മോഡി സർക്കാരിന്റെ

ഒന്നാം വർഷത്തിൽ (2014-15) നൽകിയ 1776 വാഗ്ദാനങ്ങളിൽ 236 എണ്ണം (13 ശതമാനം) ഇന്നും നടപ്പിൽ വരുത്തിയിട്ടില്ല. 2019 പൊതു തെരഞ്ഞെടുപ്പിനുമുമ്പ് നടന്ന പാർലമെന്റ് സമ്മേളനത്തിൽ നടത്തിയ 582 വാഗ്ദാനങ്ങളിൽ 76 ശതമാനം പിന്നീട് വെളിച്ചം കണ്ടില്ല.

ജീവിതം തകർന്നു. സമ്പദ്ഘടന തകർന്നു. രാജ്യം കലാപഭൂമിയായി മാറി. നോട്ട് നിരോധനം, ചരക്ക് സേവന നികുതി പോലെ ഗൗരവമായ വിഷയങ്ങൾക്ക് പാർലമെന്റിൽ മറുപടി നൽകാൻ പോലും സർക്കാർ തയ്യാറല്ല. ഭരണം തുടരുന്നത് ആർക്കുവേണ്ടിയാണ് എന്നാരും ചോദിക്കരുത്. ഞങ്ങൾ എങ്ങനെ ജീവിക്കും എന്ന ചോദ്യമാണ് ഇന്ത്യൻ ജനത ഉന്നയിക്കുന്നത്. തൊഴിലില്ല. കൂലിയില്ല. പെൻഷൻ ഇല്ല. ചികിത്സ ഇല്ല. കുടിവെള്ളം ഇല്ല. ഭക്ഷണമില്ല. ഇതെല്ലാം ലഭ്യമാക്കേണ്ട പാർലമെന്റ് ഇന്ന് എം പി മാർക്ക് സുഖിക്കാനുള്ള ഒരു താവളമായി മാറുകയാണ്. തെരഞ്ഞെടുപ്പ് സൗന്ദര്യമത്സരമല്ല എന്നും പാർലമെന്റ് ഒരു സുഖവാസ കേന്ദ്രമല്ല എന്നും ഇന്ത്യൻ ജനത തിരിച്ചറിയണം. ജനക്ഷേമം ഉറപ്പുവരുത്തുന്ന യഥാർത്ഥ പാർലമെന്റിനുവേണ്ടി പോരാട്ടം ശക്തിപ്പെടുത്തുക.

(Indiaspend നോട് കടപ്പാട്)

# ആഗോള ബാങ്കിംഗ് ക്രിമിനൽ താവളങ്ങൾ

ലോകത്തിലെ വൻകിട ബാങ്കുകൾ ക്രിമിനൽ താവളങ്ങളായി മാറുകയാണ്. സത്യസന്ധമല്ലാത്ത ഇടപാടുകൾ പ്രോത്സാഹിപ്പിക്കാൻ ഭരണകൂടം കൂട്ടുനിൽക്കുന്നതുകൊണ്ടാണ് ക്രിമിനൽ നയങ്ങൾ ബാങ്കിങ്ങിൽ തുടർക്കഥയാകുന്നത്. മയക്കമരുന്ന് വ്യാപാരം, തീവ്രവാദം പ്രോത്സാഹിപ്പിക്കൽ, നികുതി വെട്ടിപ്പുകൾ തുടങ്ങി സംശയകരമായ ഇടപാടുകൾ വലിയ തോതിൽ വർധിക്കുകയാണ്. അതിസമ്പന്നരും ഭരണകൂടങ്ങളും ബാങ്കുകളെ തെറ്റായ വഴികളിലൂടെയാണ് നയിക്കുന്നത്. ഇന്ത്യയിലും സ്ഥിതി വ്യത്യസ്തമല്ല. നവലിബറൽ നയങ്ങൾ തുടരുമ്പോൾ അതിസമ്പന്നരുടെ ആസ്തി വർധിപ്പിക്കാൻ അവർ എല്ലാ വഴികളും ഉപയോഗിക്കും. അത്യന്തം അപകടകരമായ ഇത്തരം നടപടികളിൽ നിന്നും ആഗോളബാങ്കിംഗ് സംരക്ഷിക്കാൻ അതിശക്തമായ പോരാട്ടം സാർവദേശീയമായി ഉയർന്നു വരണം. കോർപറേറ്റ് ഭരണകൂട ചങ്ങാത്തം നമ്മുടെ സ്വസ്ഥ ജീവിതത്തിനും സമ്പദ്ഘടനക്കും ആപത്താണെന്ന് എല്ലാ രാജ്യങ്ങളിലെയും ജനങ്ങൾ തിരിച്ചറിയണം.

ലോകത്തെ ഞെട്ടിക്കുന്ന വിവരങ്ങൾ Buzz Feed News ആണ് പുറത്തുവിട്ടത്. ലോകരാജ്യങ്ങളിൽ ക്രിമിനൽ നയങ്ങൾ വളർത്താൻ ബാങ്കുകൾ കൂട്ടുനിൽക്കുന്നു. അതിസമ്പന്നരും ഭരണകൂടങ്ങളും ബാങ്കുകളെ ഉപയോഗിച്ച് അനാരോഗ്യകരമായ ബാങ്കിംഗ് നടപടികൾ തുടരാൻ നിർബന്ധിക്കുന്നു. റിപ്പോർട്ടിലെ പ്രസക്ത ഭാഗങ്ങൾ.

1. Buzz Feed News writes that its investigation demonstrates "an under lying truth of the modern era: the networks through which dirty money traverses the world have become vital arteries

of the global economy. They enable a shadow financial system so wide ranging and so unchecked that it has become inextricable from the so called legitimate economy.

2. The report continues 'profits from deadly drug wars, fortunes embezzled from developing countries and hard earned savings stolen in a ponzi sheme were all allowed to flow into and out of these financial institutions, despite warnings from bank employees.

പല ബാങ്കുകളും നിരവധി തവണ ശിക്ഷക്ക് വിധേയമായി വലിയ തുക ഫൈൻ അടച്ചു. എന്നിട്ടും സഞ്ചാരം തെറ്റായ വഴിയിലൂടെ തന്നെ. J P Morgan Chase, HSBC, Standard Chartered, Deutshe Bank, Bank of NewYork Mellon

തുടങ്ങിയ ബാങ്കുകളാണ് മുൻപന്തിയിൽ. ഇടപാടുകളിൽ എന്തെങ്കിലും സംശയം തോന്നിയാൽ ബാങ്കുകൾ Suspicious Activity Report (SAR) സമർപ്പിക്കണം. ഇതുപോലെ സമർപ്പിച്ച ഏകദേശം 21000 റിപ്പോർട്ടുകൾ അമേരിക്കയിലെ അന്വേഷണ ചുമതലയുള്ള അമേരിക്കൻ ട്രഷറി വകുപ്പിന് കീഴിൽ പ്രവർത്തിക്കുന്ന Financial Crimes Enforcement Network (FinCEN) പക്കലുണ്ട് എന്ന വിവരമാണ് നമ്മെ ഞെട്ടിക്കുന്നത്. 1999-2017 കാലയളവിലെ കാര്യങ്ങളാണ് പുറത്തു വന്നത്. വിവിധ രാജ്യങ്ങളിലെ 90 ബാങ്കുകളെ സംബന്ധിച്ച റിപ്പോർട്ടുകളാണ് കിട്ടിയത്.

FinCEN Files പ്രകാരം ഏറ്റവും കൂടുതൽ തുകയുടെ ഇടപാടുകൾ നടന്നത് Deutsche Bank ലാണ്. 982 സംശയകരമായ ഇടപാടുകളിൽ മാറ്റിയത് 1.3 ട്രില്യൻ ഡോളർ. (ട്രില്യൻ= ഒരു ലക്ഷം കോടി).

മുൻനിരയിലെ 10 ബാങ്കുകൾ

1. Deutsche Bank
2. J P Margan Chase
3. New York Mellon
4. Standard Chartered
5. Barclays
6. HSBC
7. Bank of China
8. Bank of America
9. Well Fargo

10. City Bank

സ്വിസ് കമ്പനി MKS.. 2014 ൽ ജെ പി മോർഗൻ ഫയൽ ചെയ്ത റിപ്പോർട്ട് പ്രകാരം ഒരു ലക്ഷത്തോളം wire transferലൂടെ നടത്തിയത് 355 ബില്യൻ ഡോളർ ഇടപാടുകൾ. ആരാണ് ബാങ്കുകളെ കൊണ്ട് ഇത്തരം ഇടപാടുകൾ ചെയ്യിക്കുന്നത്. ബാങ്ക് ജീവനക്കാർ ശ്രദ്ധയിൽപെടുത്തിയ കാര്യങ്ങളിൽ അധികാരികൾ ഒരു നടപടിയും സ്വീകരിക്കുന്നില്ല. ഇത്തരം ഇടപാടുകൾ നടത്തുന്നവർ ആരൊക്കെയാണ് എന്നറിയാൻ ധനികരുടെ പട്ടിക പരിശോധിച്ചാൽ മതി.

2018, 2019, 2020 വർഷങ്ങളിലെ ഫോർബ്സ് പട്ടികയിൽ ഇത്തരം ഇടപാടുകളുമായി ബന്ധപ്പെട്ട 25 ലധികം അതിസമ്പന്നരുടെ പേരുകൾ കാണാം. അതിസമ്പന്നർ ഭരണകൂട ഒത്താശയോടെ ബാങ്കുകളെ ഉപയോഗിച്ച് അനാരോഗ്യകരമായ ഇടപാടുകൾ തുടരുകയാണ്.

റിപ്പോർട്ടിലെ പ്രധാന ഭാഗങ്ങൾ നോക്കാം.

1. Standard chartered moved money on behalf of ALZAROONI EXCHANGE, a Dubai based business that was later accused of laundering cash on behalf of the Taliban.
2. HSBC's HongKong branch allowed WCM777, a ponzy scheme, to move more than 15 million dollars even as the business was being barred from operating in three states. Autherities say the scheme stole some 80 million dollars from investors, mainly Latino and Asian immigrants. The firm's owner used the funds to buy two golf courses, a mansion, a 39.8 carat diamond and mining rights in Sierra Leone.
3. Bank of America, City Bank, JP Margan Chase, American Express and other financial firms processed millions of dollars in transactions for Viktor Kharaponov, the former mayor of Kazakhistan's most populous city, even after interpole issued an order for his arrest. Kharapuno fled to Switserland and was later convicted inabsentia on charges including bribe-taking and defrauding the city.

സംശയകരമായ ഇടപാടുകൾ നിയമപ്രകാരം അറിയിക്കാൻ ബാങ്കുകൾ ബാധ്യസ്ഥരാണ്. അങ്ങനെയാണ് ബാങ്കുകൾ SAR അയക്കുന്നത്. 2017ൽ 19 ആഗോള ബാങ്കുകൾ സമർപ്പിച്ചത് 640000 SAR. എന്നാൽ ഈ റിപ്പോർട്ടുകൾ പരിശോധിച്ചു നടപടി എടുക്കാൻ ചുമതലപ്പെട്ട FinCEN അധികാരികൾ കിട്ടിയ റിപ്പോർട്ടുകൾ മറിച്ചു

നോക്കാൻ പോലും തയ്യാറല്ല. അതുകൊണ്ടാണ് ബാങ്കിംഗ് രംഗത്ത് കുറ്റകൃത്യങ്ങളും ക്രമക്കേടുകളും വൻതോതിൽ വർധിക്കുന്നത്.

ദി ഇന്ത്യൻ എക്സ്പ്രസ്സ് പത്ര റിപ്പോർട്ട് പ്രകാരം FinCEN സമർപ്പിച്ച റിപ്പോർട്ടുകളിൽ 44 ഇന്ത്യൻ ബാങ്കുകൾ ഉൾപ്പെടുന്നു. 2011 നും 2019നും ഇടയിൽ രണ്ടായിരത്തിലധികം അനധികൃത ഇടപാടുകൾ ഇന്ത്യൻ ബാങ്കുകൾ നടത്തി. ഉൾപ്പെട്ട സംഖ്യ ഏകദേശം 7369 കോടി രൂപ. ഇന്ത്യയിലെ ഭൂഷൺ സ്റ്റീലുമായി ബന്ധപ്പെട്ട നിരവധി ഇടപാടുകൾ പരിശോധിക്കപ്പെടേണ്ടതാണ്. വലിയ നിഷ്ക്രിയ ആസ്തി വരുത്തി ഇന്ത്യയിലെ ബാങ്കുകളെ വലിയ പ്രതിസന്ധിയിലാക്കിയ കുത്തകയാണ് ഭൂഷൺ സ്റ്റീൽ.

FinCEN രേഖകളിൽ ഉൾപ്പെട്ട ഇന്ത്യൻ ബാങ്കുകൾ.

| | | | |
|---|---|---|---|
| 1. | Punjab National Bank | 290 | Transactions |
| 2. | SBI | 102 | |
| 3. | Bank of Baroda | 93 | |
| 4. | Union Bank of India | 99 | |
| 5. | Canara Bank | 190 | |
| 6. | HDFC Bank | 253 | |
| 7. | ICICI Bank | 57 | |
| 8. | Kotak Mahindra Bank | 268 | |
| 9. | Axis Bank | 41 | |
| 10. | Indusind Bank | 117 | |

ഇന്ത്യൻ ബാങ്കുകളെ പരാമർശിക്കുന്ന റിപ്പോർട്ടുകൾ നൽകിയ പ്രധാന വിദേശ ബാങ്കുകൾ ഇവയാണ്.

BNY Mellon

City Bank

Standard Chartered

JP Morgan Chase

2008 ൽ സംഭവിച്ച ആഗോള സാമ്പത്തിക പ്രതിസന്ധി സംബന്ധിച്ച ഒരു റിപ്പോർട്ട് 2011 ൽ അമേരിക്കൻ സെനറ്റ് പുറത്തിറക്കി. ബാങ്കുകൾ നിലവിട്ട് നടത്തിയ ഇടപാടുകൾ സാമ്പത്തിക പ്രതിസന്ധിക്കു പ്രധാന കാരണമാണെന്ന് സെനറ്റ് റിപ്പോർട്ട്. അതിന്റെ അടിസ്ഥാനത്തിൽ ആരെയും ശിക്ഷിച്ചില്ല. ഒരു നടപടിയും ഉണ്ടായില്ല. എല്ലാം ഭരണകൂട ഒത്താശയോടെയാണ് തുടരുന്നത്. നേട്ടം

അതിസമ്പന്നർക്ക് മാത്രം. ഈ പ്രവണത തുടരുന്നത് ആപത്താണ്. ഉത്തരവാദപ്പെട്ട പരിശോധന സംവിധാനങ്ങൾ കൃത്യമായി ചലിക്കുന്നു എന്ന് ഉറപ്പു വരുത്തണം. റിസർവ് ബാങ്ക് ഓഫ് ഇന്ത്യയും ധനമന്ത്രാലയവും നോക്കു കുത്തികൾ.

ബാങ്കുകളെ നേർവഴിക്ക് നയിക്കാൻ

ഉയരണം പടരണം പോരാട്ടം സാർവ്വദേശീയമായി.

# ലോകബാങ്ക് ഇല്ലാത്ത ലോകം സാധ്യമാണ്

2020ൽ ലോകബാങ്കും അന്താരാഷ്ട്ര നാണയനിധിയും 76 വർഷം പിന്നിടുകയാണ്. 1944 ൽ രൂപീകരിച്ച ഈ അന്താരാഷ്ട്ര ധന സ്ഥാപനങ്ങൾ ഇന്നും അമേരിക്കയുടെയും സഖ്യ രാഷ്ട്രങ്ങളുടെയും കളിപ്പാവകൾ. രാജ്യങ്ങൾക്ക് കടം കൊടുക്കുക. കടത്തിന് നിബന്ധനകൾ അടിച്ചേൽപ്പിച്ച രാജ്യങ്ങളുടെ പരമാധികാരം കവരുക. അതിലൂടെ തങ്ങളുടെ വ്യാപാരം വർധിപ്പിക്കുക ഇതൊക്കെയാണ് അമേരിക്കയും സഖ്യ രാജ്യങ്ങളും ഉദ്ദേശിച്ചത്. ലോകബാങ്ക് എന്ന് പറയുമ്പോൾ രണ്ട് സ്ഥാപനങ്ങൾ ചേർന്നതാണ് International Bank for Reconstruction and Development (IBRD), International Development Association (IDA). കൂടാതെ ലോകബാങ്ക് ഗ്രൂപ്പ് എന്ന് പറയുമ്പോൾ താഴെ പറയുന്ന സ്ഥാപനങ്ങൾ കൂടി ഉൾപ്പെടും.

1. International Finance Corporation (IFC)
2. Multilateral Investment Guarantee Agency (MIGA)
3. International Center for Settlement of Investment Disputes (ICSID)

ഈ സ്ഥാപനങ്ങളുടെ പ്രവർത്തനത്തിലും സ്വഭാവത്തിലും അടങ്ങിയിരിക്കുന്ന കാര്യങ്ങൾ നാം അറിയണം.

രണ്ടാം ലോകമഹായുദ്ധം ഉയർത്തിയ കെടുതികളിൽ നിന്നും കരകയറാൻ രാജ്യങ്ങളെ സഹായിക്കുക എന്നായിരുന്നു 1944 ൽ അമേരിക്കയിലെ ബ്രെട്ടൻവുഡ്സിൽ 45 രാജ്യങ്ങൾ സമ്മേളിച്ച തീരുമാനിച്ചത്. ഐ ബി ആർ ഡി രൂപീകരണം നടന്നു. 2019 ൽ

189 രാജ്യങ്ങൾ അംഗങ്ങളാണ്. യൂറോപ്യൻ രാജ്യങ്ങൾക്കു കടം കൊടുക്കാനാണ് ആദ്യം തീരുമാനിച്ചത്. പകരം അമേരിക്കൻ കമ്പനികളുടെ ഉൽപ്പന്നങ്ങൾ വാങ്ങണം. കച്ചവട താൽപര്യം ആദ്യം തന്നെ അവർ തെളിയിച്ചു. ക്രമേണ വിവിധ രാജ്യങ്ങളെ കടക്കെണിയിലാക്കി. രാജ്യങ്ങളിലെ ഭരണകൂടങ്ങൾ നോക്കുകുത്തികളായി മാറി. കാര്യങ്ങൾ ലോകബാങ്ക് തീരുമാനിക്കും. വിവിധ ഭരണകൂടങ്ങൾ നടപ്പിലാക്കും. നവലിബറൽ സാമ്പത്തിക നയങ്ങൾ അടിച്ചേൽപ്പിച്ചു. ജനജീവിതം അതീവ ദുസ്സഹമായി. 1944നു ശേഷം അനുബന്ധ സ്ഥാപനങ്ങൾ താഴെ പറയും പ്രകാരം രൂപീകരിച്ചു.

1956- The International Finance Corporation (IFC): Financing the private sector in the south

1960- The International Development Association (IDA) : Lendig to poorest countries

1966-The International Center for Settlement of Investment Disputes (ICSID): Supranational tribunal where corporations may take legal proceedings against a state if it considers that a decision is unfavourable.

1988-Multilateral Investment Guarantee Agency (MIGA): guarantees the interests of private companies in the southern countries.

ലോകബാങ്കിന്റെ പ്രവർത്തനം, ഭരണ സംവിധാനം, വോട്ടിംഗ് രീതികൾ എല്ലാം പരിശോധിക്കാം. തികച്ചും ജനാധിപത്യ വിരുദ്ധ രീതിയിൽ ആണ് ലോകബാങ്ക് പ്രവർത്തിക്കുന്നത്. ഓരോ അംഗരാജ്യവും ഒരു ഗവർണറെ നിശ്ചയിക്കുന്നു. മിക്കവാറും ആ രാജ്യത്തെ ധനമന്ത്രി ആയിരിക്കും. ഗവർണ്ണർമാർ അടങ്ങിയ ബോർഡ് ഓഫ് ഗവർണേർസ് നിശ്ചിത ഇടവേളകളിൽ യോഗം ചേരുന്നു. പ്രധാന നയരൂപീകരണം, പുതിയ അംഗങ്ങളുടെ അംഗത്വം, വാർഷിക ബജറ്റ് തയ്യാറാക്കൽ തുടങ്ങിയ കാര്യങ്ങൾ ഈ യോഗങ്ങളിൽ തീരുമാനിക്കുന്നു. ലോകബാങ്കിന്റെ ദൈനംദിന കാര്യങ്ങൾ നിർവ്വഹിക്കാൻ ബോർഡ് ഓഫ് ഗവർണേർസിൽ നിന്നും 25 പേരെ എക്സിക്യൂട്ടീവ് ഡയറക്ടർമാരായി തെരഞ്ഞെടുക്കുന്നു. 8 രാജ്യങ്ങളുടെ എക്സിക്യൂട്ടീവ് ഡയരക്ടർമാരെ അവർ തന്നെ നിശ്ചയിക്കുന്നു. അമേരിക്ക, ജപ്പാൻ, ജർമ്മനി, ഫ്രാൻസ്, ബ്രിട്ടൻ, സൗദി അറേബ്യ, ചൈന, റഷ്യ എന്നീ എട്ടു രാജ്യങ്ങൾ അവരവരുടെ എക്സിക്യൂട്ടീവ് ഡയറക്ടർമാരെ നിശ്ചയിക്കുമ്പോൾ ബാക്കി 17 പേരെ വിവിധ

രാജ്യങ്ങളുടെ ഗ്രൂപ്പുകളാണ് നിശ്ചയിക്കുന്നത്. തികച്ചും ജനാധിപത്യ വിരുദ്ധവും നീതി നിഷേധവും.

5 വർഷത്തേക്കാണ് ലോകബാങ്ക് പ്രസിഡണ്ടിനെ തെരഞ്ഞെടുക്കുന്നത്. അമേരിക്കൻ നോമിനി ആയിരിക്കും പ്രസിഡണ്ട്. അമേരിക്കൻ പ്രസിഡണ്ടുമായി അടുത്ത ബന്ധമുള്ള ആളായിരിക്കും ലോകബാങ്ക് പ്രസിഡണ്ട്. എക്സിക്യൂട്ടീവ് ഡയരക്ടർമാർ വെറും പാവകൾ. പ്രസിഡണ്ടിനെ അനുസരിക്കുക വിനീതവിധേയരായി.

ലോകബാങ്കിന്റെ പ്രസിഡണ്ട്മാർ ആരൊക്കെയായിരുന്നു. താഴെ പട്ടിക ശ്രദ്ധിക്കുക.

| The 13 presidents of the World Bank since 1946 | | |
|---|---|---|
| **Name** | **Period in office** | **Antecedents** |
| Eugene Meyer | June 1946 -December 1946 | Wall St. investment banker and editor of the Washington Post |
| John McCloy | March 1947 - June 1949 | Director of the Chase National Bank (which became Chase Manhattan) |
| Eugene Black | July 1949 - December 1962 | Vice-President of the Chase Manhattan Bank |
| George Woods | January 1963 - March 1968 | President of the First Boston |
| Robert McNamara | April 1968 - June 1981 | CEO of the Ford motor company and defense secretary for Kennedy and Johnson |
| Alden Clausen | July 1981- June 1986 | President of the Bank of America |
| Barber Conable | July 1986 -August 1991 | Congressman member of the Banking Commission |
| Lewis Preston | September 1991- May 1995 | President of JP Morgan and Co |

| | | |
|---|---|---|
| James Wolfensohn | June 1995 -May 2005 | Bank H Schroder, then Salomon Brothers and President of James D. Wolfensohn Inc. |
| Paul Wolfowitz | June 2005 - June 2007 | Deputy Secretary of State |
| Robert Zoellick | July 2007 -June 2012 | Deputy Secretary of State under George W. Bush |
| Jim Yong Kim | July 2012 - February 2019 | Doctor,President of Dartmouth College; head of the WHO Départment VIH/ SIDA ; joined Global Infrastructure Partners |
| David Malpass | February 2019 -present | Chief economist at investment bank Bear Stearns, Under Secretary of the Treasury for International Affairs under Donald Trump |

ലാകബാങ്കിൽ അംഗ രാജ്യങ്ങൾക്ക് വോട്ടിംഗ് രീതിയും നീതി പൂർവ്വമല്ല. നേരത്തെ സൂചിപ്പിച്ച 8 രാജ്യങ്ങൾ കഴിഞ്ഞാൽ ബാക്കി രാജ്യങ്ങൾക്ക ഗ്രൂപ്പ് അടിസ്ഥാനത്തിലാണ് വോട്ട് അവകാശം. നീതീകരിക്കാൻ കഴിയാത്ത സംവിധാനമാണ് ലോകബാങ്കിൽ തുടരുന്നത്. വോട്ടിംഗ് നില താഴെ പട്ടികയിൽ

| IBRD directors voting rights in january 2020 | | | | | |
|---|---|---|---|---|---|
| Country | % | Group presided by | % | Group presided by | % |
| USA | 15.44 | Austria | 4.87 | Switzerland | 3.05 |
| Japan | 7.77 | Mexico | 4.74 | Iceland | 3.05 |
| China | 4.79 | The Netherlands | 4.08 | Pakistan | 3.01 |
| Germany | 4.08 | South Korea | 3.99 | Thailand | 2.88 |
| France | 3.80 | Canada | 3.98 | Kuwait | 2.75 |
| UK | 3.80 | Brazil | 3.71 | Uruguay | 2.28 |
| Russia (+ Syria) | 2.82 | India | 3.54 | Cameroon | 2.03 |
| Saudi Arabia | 2.70 | Italy | 3.34 | Uganda | 1.92 |
| | | | | Nigeria | 1.61 |

വിവിധ രാജ്യങ്ങളിലും രാജ്യങ്ങളുടെ ഗ്രൂപ്പുകളിലും ജനസംഖ്യയും വോട്ട് അവകാശവും താഴെ പട്ടികയിൽ

| Country or group | Estimated population in 2020 (in millions) | Voting rights at IBRD in January 2020 (%) |
|---|---|---|
| Group presided by India | 1,566 | 3.54 |
| China | 1,439 | 4.79 |
| Group presided by Uganda | 480 | 1.92 |
| USA | 331 | 15.44 |
| Group presided by Cameroon | 326 | 2.03 |
| Russia (+ Syria) | 163 | 2.82 |
| Japan | 127 | 7.77 |
| France | 65 | 3.80 |
| Saudi Arabia | 34 | 2.70 |

അമേരിക്കയിലെ ജനസംഖ്യയും വോട്ടവകാശവും ശ്രദ്ധിക്കുക. ജനാധിപത്യ വിരുദ്ധ സ്വഭാവത്തിന് വേറെ തെളിവുകൾ ആവശ്യമില്ലല്ലോ. അമേരിക്കൻ താൽപര്യങ്ങൾ സംരക്ഷിക്കാൻ, അമേരിക്കൻ ഉൽപ്പന്നങ്ങൾ വിറ്റഴിക്കാൻ, അമേരിക്കൻ കമ്പനികൾക്കു തഴച്ചു വളരാൻ മാത്രമാണ് ലോകബാങ്ക് നിലനിൽക്കുന്നത്. വായ്പ വേണമെങ്കിൽ ലോകബാങ്ക് പറയുന്ന നിബന്ധനകൾ പൂർണ്ണമായി അനുസരിച്ച് നടപ്പിലാക്കണം. സർക്കാർ ചെലവുകൾ വെട്ടിക്കുറക്കണം. ജനക്ഷേമം പാടെ മറക്കണം. പൊതുമേഖല ആവശ്യമില്ല. കയറ്റുമതി ഇറക്കുമതി നയങ്ങൾ ലോകബാങ്ക് തീരുമാനിക്കും. അങ്ങനെയാണ് കാര്യങ്ങൾ. അടച്ചാലും തീരാത്ത കടക്കെണിയിൽ അകപ്പെടുന്ന അംഗരാജ്യങ്ങൾ. ജനങ്ങൾ അനുഭവിക്കുന്ന ദുരിതങ്ങൾ ഏറെ.

ലോകബാങ്ക് ഇല്ലാത്ത ലോകം സാധ്യമാണ്. ഈ മുദ്രാവാക്യം ഉയർത്തി ലോകബാങ്ക് യോഗങ്ങൾ നടക്കുന്ന പ്രദേശങ്ങളിൽ പ്രതിഷേധം വ്യാപിക്കുകയാണ്. ഈ ദിശയിൽ ഇന്ത്യയിലും പ്രചാരണ പ്രവർത്തനങ്ങൾ തുടരണം. കടം വാങ്ങുന്നതിനുമുമ്പ് രാജ്യങ്ങൾ ആത്മപരിശോധന നടത്തുക. ബദൽ നയങ്ങൾ ഉയർത്തിപ്പിടിക്കുന്ന പ്രാദേശിക സ്ഥാപനങ്ങൾ രൂപീകരിക്കുന്നതും ഗുണകരമാകും. ലോകത്തെ തങ്ങളുടെ കാൽക്കീഴിൽ അടിച്ചമർത്തുന്ന സാമ്രാജ്യത്വ നയങ്ങളെ ചെറുത്തു തോൽപ്പിക്കുക.

# കോഡുകൾ കഴുത്തു ഞെരിക്കുമ്പോൾ

രാജ്യം ഭരിക്കുന്ന സർക്കാർ സമൂഹത്തിലെ വിവിധ വിഭാഗങ്ങളോട് എന്തു സമീപനം സ്വീകരിക്കുന്നു എന്നത് പരമപ്രധാനമാണ്. തൊഴിലാളികൾ, കർഷകർ, സ്ത്രീകൾ, ആദിവാസികൾ, വയോജനങ്ങൾ, യുവാക്കൾ തുടങ്ങി എല്ലാവരെയും കൊടിയ ദുരിതങ്ങളിലേക്ക് തള്ളിയിട്ടുകൊണ്ട് ഒരുപിടി കോർപറേറ്റുകളെ മാത്രം സംരക്ഷിക്കുകയാണ് മോദി സർക്കാർ. ദ്രോഹ നയങ്ങൾക്കെതിരെ കർഷകരും തൊഴിലാളികളും രാജ്യവ്യാപകമായി പോരാട്ടം ശക്തിപ്പെടുത്തുകയാണ്. ഈ കാടൻ നയങ്ങൾ തുടരുന്നത് വരും തലമുറയുടെ ജീവിതത്തിലും ദുരിതങ്ങൾ നിറയ്ക്കും എന്ന തിരിച്ചറിവാണ് പോരാട്ടങ്ങൾക്ക് കരുത്ത് പകരുന്നത്. നല്ലൊരു നാളെ പടുത്തുയർത്താൻ എന്ന മുദ്രാവാക്യം ഏറെ പ്രസക്തമാകുന്നു.

നമ്മുടെ രാജ്യത്തു നിലവിലുള്ള 44 തൊഴിൽ നിയമങ്ങളിൽ 29 തൊഴിൽ നിയമങ്ങൾ ഭേദഗതി ചെയ്തു 4 കോഡുകളാക്കി മാറ്റി. നിയമങ്ങൾ അപ്രത്യക്ഷമായി കോഡുകൾ നിലവിൽ വരുമ്പോൾ തൊഴിലാളികൾ കേവലം അടിമകൾ ആയി മാറും. പോരാടി നേടിയ അവകാശങ്ങൾ ഓരോന്നായി ഉടമവർഗവും അധികാരി വർഗവും കവരുകയാണ്. കൂലിക്കും തൊഴിലാളിക്കും സാമൂഹ്യ സുരക്ഷക്കും പുതിയ നിർവ്വചനങ്ങൾ. കൂട്ടായ വിലപേശൽ എന്നെന്നേക്കുമായി ഇല്ലാതാക്കണമെന്നു ഉടമകൾ നിർബന്ധിക്കുന്നു. ആരെയും എപ്പോൾ വേണമെങ്കിലും പിരിച്ചുവിടാം. നിയമ പരിരക്ഷ ഇനി തൊഴിലാളിക്ക് ഒരു തരിപോലും ലഭിക്കില്ല. തൊഴിലാളി സംഘടനകളെ ദുർബലപ്പെടുത്തി ഇല്ലാതാക്കാൻ ഉടമകൾ കിണഞ്ഞു ശ്രമിക്കുന്നു. നിലവിൽ വന്ന കോഡുകളും ഇല്ലാതായ തൊഴിൽ നിയമങ്ങളും താഴെ.

| കോഡുകൾ | ഇല്ലാതായ തൊഴിൽ നിയമങ്ങൾ |
|---|---|
| 1. Code on wages | 1. Payment of wages act 136 |
| | 2. Minimum wages act 1948 |
| | 3. Payment of bonus act 1965 |
| | 4. Equal remuneration act 1976 |
| 2. Occupational safety, health and working conditions code | 1. Factories act 1946 |
| | 2. Mines act 1952 |
| | 3. Dock workers (safety, health and welfare) act 1986 |
| | 4. Building and other construction workers (regulation of employment and conditions of service) act 1996 |
| | 5. Plantations labour act 1951 |
| | 6.Contract labour (regulation and abolition) act 1970 |
| | 7. Inter stare migrant workmen (regulation of employment and conditions of service) act 1979 |
| | 8. Working and journalist and other newspaper employees (conditions of service and miscellaneous provision) act 1955 |
| | 9. Working journalist (fixation of rates of wages) act 1958 |
| | 10. Motor transport workers act 1961 |
| | 11. Sales promotion employees (condition of service) act 1976 |
| | 12. Beedi and cigar workers |

| | |
|---|---|
| | (conditions of employment) act 1966<br>13.Cine-workers and cinema theatre workers (regulation of employment) act 1981 |
| 3. Industrial relations code | 1. Trade unions act 1926<br>2. Industrial employment (standing orders) act 1946<br>3. Industrial disputes act 1947 |
| 4.Code on social security | 1. Employees provident and miscellaneous provisions act 1952<br>2. Employees state insurance act 1946<br>3. Employees compensation act 1923<br>4. Employment exchanges (compulsury notification of vacancies) act 1959<br>5. Maternity benefit act 1961<br>6. Payment of gratuity act 1972<br>7. Cine-workers welfare fund act 1981<br>8.Building and other construction workers welfare cess act 1996<br>9. Unorganised workers social security act 2008 |

2018 മാർച്ച് 16ന് എൻ ഡി എ സർക്കാർ എക്സിക്യൂട്ടീവ് ഉത്തരവിലൂടെ സ്ഥിരം തൊഴിൽ എന്ന സങ്കൽപം ഇല്ലാതാക്കിക്കൊണ്ടു 1946ലെ industrial employment (standing orders) ഭേദഗതി ചെയ്തു. പാർലമെന്റിൽ ഇത് സംബന്ധിച്ച ചർച്ചകൾ പോലും നിഷേധിച്ചു കൊണ്ടാണ് മോഡി സർക്കാർ ഇനി മുതൽ ഇന്ത്യയിൽ സ്ഥിരം തൊഴിലിനുപകരം നിശ്ചിത കാലയളവിലേക്കുള്ള നിയമനം മതി എന്ന് തീരുമാനിച്ചത്.

തൊഴിലാളികളുടെ ജീവിതം കൊണ്ട് പന്താടുകയാണ് മോഡി

സർക്കാർ. വേജ് കോഡ് നിലവിൽ വന്നതോടെ കൂലി തൊഴിലുടമയുടെ ഔദാര്യമായി മാറുകയാണ്. അടുത്തടുത്ത് ഇരുന്ന് ഒരേ ജോലി ചെയ്യുന്നവർക്ക് ഇനിമുതൽ ഒരേ കൂലി ഒരേ സമയത്ത് കിട്ടണമെന്നില്ല. സാമൂഹ്യ സുരക്ഷാ ഭരണകൂട അജണ്ടയിൽ നിന്നും അപ്രത്യക്ഷമായി. തൊഴിലാളികളുടെ ക്ഷേമപദ്ധതികൾ സർക്കാർ കോർപറേറ്റുകളെയാണ് ഏൽപ്പിച്ചിരിക്കുന്നത്. തൊഴിലാളികളുടെ ചികിത്സാ പദ്ധതികൾ, പ്രസവ സഹായങ്ങൾ, പെൻഷൻ, പ്രൊവിഡന്റ് ഫണ്ട്, ഗ്രാറ്റുവിറ്റി എല്ലാം ഇനി മുതൽ അവർ നിയന്ത്രിക്കും. ഇ എസ് ഐ പദ്ധതിയിൽ 60000 കോടി രൂപ റിലയൻസിന്റെ കയ്യിലാണ് ഏൽപ്പിച്ചിരിക്കുന്നത്. പണം കൊള്ളയടിക്കാൻ വഴികൾ പലതുണ്ട്. പുതിയ വഴികൾ നിർദ്ദേശിക്കാൻ മോഡിസർക്കാരും.

തൊഴിൽ നിയമ ഭേദഗതികളെക്കുറിച്ച് ചോദ്യങ്ങൾക്ക് മറുപടിയായി പ്രധാനമന്ത്രി നരേന്ദ്രമോഡി പറഞ്ഞത് രണ്ടാം ലേബർ കമ്മീഷൻ ശുപാർശകൾ നടപ്പിലാക്കുക മാത്രമാണ് തന്റെ സർക്കാർ ചെയ്തത് എന്നായിരുന്നു. ഈ സാഹചര്യത്തിൽ ഒന്നും രണ്ടും ലേബർ കമ്മീഷൻ എന്താണ് പറഞ്ഞത് എന്ന് പരിശോധിക്കാം. ഒന്നാം ലേബർ കമ്മീഷൻ നിലവിൽ വരുന്നത് 1966 ഡിസംബർ 24 ലെ കേന്ദ്ര തൊഴിൽ മന്ത്രാലയ വിജ്ഞാപനം അനുസരിച്ചാണ്. ഗജേന്ദ്ര ഗഡ്കർ കമ്മീഷൻ എന്നാണ് ഒന്നാം ലേബർ കമ്മീഷൻ അറിയപ്പെടുന്നത്. ഒന്നാം ലേബർ കമ്മീഷന് നൽകിയ പരിഗണന വിഷയങ്ങൾ പൂർണമായും തൊഴിലാളികൾക്ക് അനുകൂലമായിരുന്നു.

ഒന്നാം ലേബർ കമ്മീഷന്റെ പരിഗണനാ വിഷയങ്ങൾ താഴെ

1. ഇന്ത്യയിലെ തൊഴിലാളികളുടെ അവസ്ഥ പരിശോധിച്ച് കൃത്യമായ റിപ്പോർട്ട് നൽകുക.
2. തൊഴിലാളികളുടെ താൽപര്യത്തിനു നിലവിലുള്ള നിയമങ്ങൾ പുനരവലോകനം ചെയ്ത് ഭരണഘടന ഉറപ്പു വരുത്തുന്ന അവകാശങ്ങൾ തൊഴിലാളികൾക്കു ലഭ്യമാക്കുക.
3. താഴെ പറയുന്ന വിഷയങ്ങൾ പ്രത്യേകമായി പരിശോധിച്ച് വിശദമായ റിപ്പോർട്ട് നൽകുക.

A. തൊഴിലാളികളുടെ വരുമാനം അവരുടെ വേതനവുമായി ബന്ധപ്പെട്ട വകുപ്പുകൾ, മിനിമം കൂലി നിശ്ചയിക്കേണ്ടതിന്റെ പ്രാധാന്യം ഉൽപ്പാദന ക്ഷമത വർധിപ്പിക്കൽ, തൊഴിലാളികൾക്ക് നൽകേണ്ട പ്രോത്സാഹനങ്ങൾ.

B. തൊഴിലാളികളുടെ ജീവിത നിലവാരം, ആരോഗ്യം, കാര്യക്ഷമത, സുരക്ഷ, ക്ഷേമം, പാർപ്പിടം, വിദ്യാഭ്യാസം, നിലവിലെ ക്ഷേമപദ്ധതികൾ നടപ്പിലാക്കുന്നതിലെ അപാകതകൾ.

C. നിലവിലുള്ള സാമൂഹ്യ സുരക്ഷാ പദ്ധതികൾ നടപ്പിലാക്കുന്ന രീതി.

D. മെച്ചപ്പെട്ട വ്യാവസായിക ബന്ധം ഉറപ്പുവരുത്താൻ സ്വീകരിക്കേണ്ട നടപടികൾ, തൊഴിലുടമകളും തൊഴിലാളി സംഘടനകളും സ്വീകരിക്കേണ്ട നിലപാടുകൾ.

E. നിലവിലുള്ള തൊഴിൽ നിയമങ്ങൾ, അച്ചടക്ക നടപടികൾ, സംയുക്ത മാനേജ്മെന്റ് കൗൺസിലുകൾ, വേജ് ബോർഡുകൾ തുടങ്ങിയ സംവിധാനങ്ങൾ എങ്ങനെ പ്രവർത്തിക്കുന്നു.

F. ഗ്രാമീണരും അസംഘടിതരും എങ്ങനെ കഴിയുന്നു.

G.കാര്യപ്രാപ്തി വർധിപ്പിച്ച് ഉൽപ്പാദനം വർധിപ്പിക്കാനുള്ള നിർദ്ദേശങ്ങൾ. എന്നാൽ ഒന്നാം ലേബർ കമ്മീഷനിൽ നിന്നും തികച്ചും വ്യത്യസ്തമായിരുന്നു രണ്ടാം ലേബർ കമ്മീഷന്റെ പരിഗണനാ വിഷയങ്ങൾ. ഉദാരവൽക്കരണ നയങ്ങൾ അനായാസം നടപ്പിലാക്കാൻ പാകത്തിൽ തൊഴിൽ നിയമങ്ങൾ മാറ്റി എഴുതുക എന്നതായിരുന്നു രണ്ടാം ലേബർ കമ്മീഷനെ ഏൽപ്പിച്ച പണി. കോർപറേറ്റ് അനുകൂല നയങ്ങൾ നടപ്പിലാക്കാൻ തൊഴിൽ നിയമങ്ങൾ തടസ്സമാകരുത്. അതുകൊണ്ട് എല്ലാം മാറ്റി എഴുതി. മോഡിയല്ല ഒരു പിടി കോർപറേറ്റുകളാണ് നമ്മുടെ രാജ്യം ഭരിക്കുന്നത്. നിയമങ്ങൾ അവർക്കു വേണ്ടിയാണ്.

ഇന്ത്യൻ ഭരണഘടന തൊട്ട് സത്യവാചകം ചൊല്ലിയാണ് ഭരണം തുടങ്ങുന്നത്. പിന്നീട് ചെയ്യുന്ന കാര്യങ്ങൾ എല്ലാം ഭരണഘടനാ വിരുദ്ധം. മോഡിഭരണം തുടരുമ്പോൾ സാധാരണ ഇന്ത്യക്കാരനെ സംബന്ധിച്ചിടത്തോളം ഭരണഘടന ഒരു സാധാരണ പുസ്തകം മാത്രം. 2019 ജനുവരി 8, 9 തീയതികളിൽ ഇന്ത്യാചരിത്രത്തിൽ ഉജ്ജ്വലമായ ദേശവ്യാപക പണിമുടക്ക് നടന്നു. ഇരുപത് കോടി തൊഴിലാളികൾ പ്രത്യക്ഷമായും അതിലും എത്രയോ കൂടുതൽ പേർ പരോക്ഷമായും പണിമുടക്കിൽ അണിനിരന്നു. ഇന്ത്യയിൽ അന്തസ്സോടെ പണിയെടുത്തു ജീവിക്കാനുള്ള അവകാശത്തിനുവേണ്ടിയായിരുന്നു ദ്വിദിന പണിമുടക്ക്.

2020 ജനുവരി 8 ഇന്ത്യയിലെ തൊഴിലാളിവർഗ്ഗം വീണ്ടും പണിമുടക്കി. ജീവിതം അതി ദുസ്സഹമായി മാറുന്ന സാഹചര്യത്തിൽ പോരാട്ടം ശക്തിപ്പെടുത്തുക മാത്രമാണ് നമ്മുടെ വഴി. കർഷകദ്രോഹ ബില്ലുകളും തൊഴിലാളി വിരുദ്ധ കോഡുകളും നടപ്പിലായ സാഹചര്യത്തിൽ തൊഴിലാളികളും കർഷകരും പോരാട്ടം ശക്തിപ്പെടുത്തുകയാണ്. 2020 നവംബർ 26 ചരിത്രം കുറിക്കുന്ന അധ്യായമായി മാറും.

തൊഴിലാളി കർഷക ബഹുജന ഐക്യം സിന്ദാബാദ്.

# പട്ടിണിയും പോഷകാഹാരക്കുറവും – ഇന്ത്യ തിളങ്ങുന്നു

വാജ്പേയ് ഭരണകാലത്തു ഭരണാധികാരികൾ പാടി നടന്ന മുദ്രാവാക്യം.... ഇന്ത്യ തിളങ്ങുന്നു. 2020 ൽ മോഡിഭരണം തുടർച്ചയായി ആറുവർഷം പിന്നിട്ടു. ഇന്ത്യ വൻസാമ്പത്തിക ശക്തിയായി കുതിക്കുകയാണെന്നു ഭരണാധികാരികൾ . എന്നാൽ ഇന്ത്യയിൽ പട്ടിണിയും പോഷകാഹാരക്കുറവും വർധിക്കുന്നു എന്ന് മാത്രമല്ല വളരെ അപകടകരമായ അവസ്ഥയിൽ ആണെന്ന് ആരെയും ബോധ്യപ്പെടുത്തുന്ന രണ്ടുപഠനങ്ങൾ പുറത്തുവന്നിരിക്കുകയാണ്. നമ്മെ ബാധിക്കുന്ന നമ്മുടെ ദൈനംദിന ജീവിതത്തെ ബാധിക്കുന്ന ഇത്തരം പഠനങ്ങൾ നാം അല്പം ആഴത്തിൽ പഠിക്കണം.

ആഗോള വിശപ്പ് സൂചിക (Global Hunger Index) എല്ലാ വർഷവും പ്രസിദ്ധീകരിക്കാറുണ്ട്. 2019 ലെ സൂചികയിൽ 117 രാജ്യങ്ങളിൽ ഇന്ത്യ 102 സ്ഥാനത്തായിരുന്നു. കഴിഞ്ഞ വർഷം കൊടും പട്ടിണി രാജ്യങ്ങളുടെ പട്ടികയിൽ ഉൾപ്പെട്ടിരുന്ന ബംഗ്ലാദേശ്, മ്യാൻമർ, പാക്കിസ്ഥാൻ തുടങ്ങിയ രാജ്യങ്ങൾ അവരുടെ നില മെച്ചപ്പെടുത്തി ഈ വർഷം ഇന്ത്യക്ക് മുന്നിലെത്തി. 2020 ആഗോള വിശപ്പ് സൂചികയിൽ 107 രാജ്യങ്ങളിൽ ഇന്ത്യക്കു സ്ഥാനം 94.

നമുക്ക് മുന്നിൽ എത്തിയ രാജ്യങ്ങൾ.

| | | |
|---|---|---|
| ശ്രീലങ്ക | - | 64 |
| ഇറാക്ക് | - | 65 |
| നേപ്പാൾ | - | 73 |
| ബംഗ്ലാദേശ് | - | 75 |
| മ്യാൻമർ | - | 78 |

| | | |
|---|---|---|
| കെനിയ | - | 84 |
| പാക്കിസ്ഥാൻ | - | 88 |
| ടാൻസാനിയ | - | 89 |
| എത്യോപ്യ | - | 92 |
| അംഗോള | - | 93 |
| ഇന്ത്യ | - | 94 |
| സുഡാൻ | - | 94 |

വിവിധ ക്ഷേമ പദ്ധതികൾ നടപ്പിലാക്കുന്നതിൽ വരുന്ന പോരായ്മകൾ, പോഷകാഹാരം ലഭ്യമാക്കുന്ന നടപടികളിൽ നിന്നും സർക്കാരിന്റെ പിന്മാറ്റം, വലിയ സംസ്ഥാനങ്ങളിലെ പദ്ധതി ഏകോപനവും നടത്തിപ്പും നേരിടുന്ന പ്രശ്നങ്ങളെല്ലാം ഇന്ത്യയെ കൊടും പട്ടിണിയിലേക്ക് നയിക്കുന്നു. ഭരണകൂടം ഭക്ഷണം തട്ടിപ്പറിക്കുകയാണ്. കൊറോണ മഹാമാരിയിൽ ദുരിതങ്ങൾ നീന്തുന്ന ജനകോടികളെ സഹായിക്കാൻ പ്രഖ്യാപിച്ച പാക്കേജുകൾ വെറും പൊള്ള ആയിരുന്നല്ലോ. പട്ടിണി റാങ്ക് നിശ്ചയിക്കുമ്പോൾ പോഷകാഹാരക്കുറവ്, കുട്ടികളിലെ വളർച്ച മുരടിപ്പ്, ഭാരക്കുറവ്, അഞ്ച് വയസ്സിനു മുമ്പേ മരണമടയുന്ന കുട്ടികളുടെ എണ്ണം, മാതൃ ആരോഗ്യം തുടങ്ങിയ ഘടകങ്ങൾ കൂടി പരിഗണിക്കും. ഇന്ത്യയെ സംബന്ധിച്ച് താഴെ പറയുന്ന കാര്യങ്ങളാണ് പ്രധാനമായും സൂചികയ്ക്ക് അടിസ്ഥാനം.

1. ഇന്ത്യയിലെ 14% ജനങ്ങൾക്കു പോഷകാഹാരം ലഭ്യമല്ല. ഗ്രാമങ്ങളിൽ 75% ഗ്രാമീണ ജനതയിൽ 4 ൽ 3 പേർക്കും പോഷകാഹാരക്കുറവ് നേരിടുന്നു.

2. കുട്ടികളുടെ വളർച്ചാ മുരടിപ്പ് 37.4%

3. ഭാരക്കുറവ് അനുഭവിക്കുന്ന കുട്ടികൾ 17.3%

4. 5 വയസ്സ് തികയുന്നതിനു മുമ്പ് മരിക്കുന്ന കുട്ടികൾ 3.79%

5. ഉത്തർപ്രദേശ്, ബിഹാർ തുടങ്ങിയ സംസ്ഥാനങ്ങളിൽ അതിരൂക്ഷമായ പട്ടിണിയും പോഷകാഹാരക്കുറവും.

ജനക്ഷേമം പാടേ മറന്ന് കോർപറേറ്റ് പാദസേവ തുടർന്നാൽ സ്ഥിതി കൂടുതൽ രൂക്ഷമാകും. പട്ടിണിമരണങ്ങൾ നിമിഷങ്ങൾ തോറും അരങ്ങേറുന്ന രാജ്യമായി ഇന്ത്യ മാറും.

International Food Policy Research Institute (IFPRI) പ്രസിദ്ധീകരിച്ച Affordability of Nutritional Diet in Rural India എന്ന റിപ്പോർട്ട് ഗ്രാമീണ ഇന്ത്യയുടെ ദൈന്യത കൃത്യമായി വെളിപ്പെടുത്തുന്നു. പോഷകാഹാരക്കുറവിൽ ഇന്ത്യ ഒന്നാം സ്ഥാനത്ത്. മോദിക്കും

സംഘടനകൾക്കും അഭിമാനിക്കാം. ഇന്ത്യയിലെ ഗ്രാമീണ ജനതയിൽ 4 ൽ 3 പേർക്കും പോഷകാഹാരം ലഭ്യമല്ല. പണിയും കൂലിയും ഇല്ലാതാകുന്നതിനു മുമ്പുള്ള അവസ്ഥയാണിത്. അപ്പോൾ കൊറോണ ദുരിതം ഗ്രാമീണ ജീവിതത്തിൽ ഏൽപ്പിക്കുന്ന ആഴമുള്ള മുറിവുകൾ മനസ്സിലാക്കാൻ ഭരണാധികാരികൾക്കു സാധിക്കുമോ. ഗ്രാമീണ ജനങ്ങൾ അവരുടെ വരുമാനം പൂർണ്ണമായും ഭക്ഷണത്തിൽ മാത്രം ചെലവഴിച്ചാലും പോഷകാഹാരം വാങ്ങാൻ കഴിയില്ല. ഗ്രാമീണരുടെ വാങ്ങൽ ശേഷി അനുദിനം അലിഞ്ഞലിഞ്ഞ് ഇല്ലാതാകുകയാണ്. ഗ്രാമീണ ജനതയിൽ വലിയ വിഭാഗം അസംഘടിത മേഖലയിലെ തൊഴിലാളികളാണ്. മഹാമാരിയിൽ അവർ അനുഭവിച്ച ദുരിതങ്ങൾ ഇവിടെ വിശദീകരിക്കുന്നില്ല. ഒരു ഭരണകൂടവും സ്വന്തം ജനതയോട് ഇത്രയും ക്രൂരമായി ഇടപെടരുത്. ധാന്യങ്ങൾ, പഴവർഗ്ഗങ്ങൾ, പാലും പാലുൽപ്പന്നങ്ങളും, പഴ വർഗ്ഗങ്ങൾ, പച്ചക്കറികൾ എന്നിവ ശരിയായ അനുപാതത്തിൽ അടങ്ങിയ ഭക്ഷണമാണ് ശരിയായ പോഷകാഹാരം. പുരുഷനും സ്ത്രീകളും കുട്ടികളും നിശ്ചിത അളവിൽ പോഷകാഹാരം കഴിക്കണം. ആളുകളുടെ വരുമാനം പോഷകാഹാരം വാങ്ങാൻ അപര്യാപ്തമാണ്.

2011 ലെ വിവിധ സംസ്ഥാനങ്ങളിലെ കൂലിയും ഭക്ഷണച്ചെലവും താഴെ പട്ടികയിൽ CoRD= Cost of Recommended Diet മോഡി ഭരണം തുടരുമ്പോൾ കാടൻ നയങ്ങൾ കഴുത്ത് ഞെരിക്കുമ്പോൾ 52 കോടിയിലേറെ ഗ്രാമീണ ദരിദ്രർക്ക് പോഷകാഹാരം സ്വപ്നം കാണാൻ പോലും സാധ്യമല്ല.

രണ്ട് റിപ്പോർട്ടുകളും ഇന്റർനെറ്റിൽ ലഭ്യമാണ്. കൂടുതൽ അറിയുകയും അറിവ് മറ്റുള്ളവരിലേക്ക് പകരുകയും ചെയ്യണം. ഇന്ത്യ തിളങ്ങുന്നു എന്ന ഭരണകൂട പ്രചാരണം മുറുകുമ്പോൾ യഥാർത്ഥ ഇന്ത്യയുടെ ചിത്രം നാം പ്രചരിപ്പിക്കണം. അതാണ് യഥാർത്ഥ രാഷ്ട്രീയ പ്രവർത്തനം. യാഥാർത്ഥ്യങ്ങൾ ബോധ്യപ്പെടുക പ്രചരിപ്പിക്കുക. ഇന്ത്യയെ ഇരുട്ടിൽ നിന്നും അന്ധകാരത്തിലേക്കാണ് മോഡി നയിക്കുന്നത്. ഗ്രാമീണ ദുരിതങ്ങൾ നേരിട്ട് കാണാൻ പ്രധാനമന്ത്രിയും പരിവാരങ്ങളും ധൈര്യം കാട്ടുമോ. ഇന്ത്യയെ രക്ഷിക്കാൻ, നമ്മെ രക്ഷിക്കാൻ, മെച്ചപ്പെട്ട ജീവിതം ഉറപ്പ് വരുത്താൻ പോരാട്ടം ശക്തിപ്പെടുത്തുക.